KINH
ĐẠI THỪA
VÔ LƯỢNG NGHĨA

KINH ĐẠI THỪA VÔ LƯỢNG NGHĨA

NGUYỄN MINH TIẾN *Việt dịch và chú giải*

Copyright © 2019 by UBP (United Buddhist Publisher) - Nhà Xuất Bản Liên Phật Hội

ISBN-13: 978-1-0918-9656-7
ISBN-10: 1-0918-9656-9

Bản quyền thuộc về dịch giả và Nhà xuất bản Liên Phật Hội. Hoan nghênh phổ biến nhưng vui lòng không tùy tiện chỉnh sửa hoặc thay đổi, thêm bớt nội dung.

KINH ĐẠI THỪA VÔ LƯỢNG NGHĨA

TIÊU TỀ THIÊN TRÚC SA-MÔN ĐÀM-MA-GIÀ-ĐÀ-DA-XÁ HÁN DỊCH
NGUYỄN MINH TIẾN Việt dịch và chú giải

UNITED BUDDHIST PUBLISHER
NHÀ XUẤT BẢN LIÊN PHẬT HỘI

NỘI DUNG

NGHI THỨC KHAI KINH 5

PHẦN DỊCH ÂM

    ĐỨC HẠNH PHẨM - ĐỆ NHẤT 13

    THUYẾT PHÁP PHẨM - ĐỆ NHỊ 27

    THẬP CÔNG ĐỨC PHẨM - ĐỆ TAM 43

    (LƯU THÔNG PHẦN) 65

PHẦN DỊCH NGHĨA

    PHẨM THỨ NHẤT: ĐỨC HẠNH 71

    PHẨM THỨ NHÌ: THUYẾT PHÁP 93

    PHẨM THỨ BA: MƯỜI CÔNG ĐỨC 117

    (PHẦN LƯU THÔNG) 142

NGHI THỨC KHAI KINH

(Phần nghi thức này không thuộc Kinh văn nhưng cần tụng niệm trước để tâm thức được an tịnh trước khi đi vào tụng đọc Kinh văn)

NIÊM HƯƠNG

(Thắp đèn đốt hương trầm, đứng ngay ngắn chắp tay ngang ngực thầm niệm theo nghi thức dưới đây.)

**Tịnh pháp giới chân ngôn:
Án lam tóa ha.**

(3 lần)

**Tịnh tam nghiệp chân ngôn:
Án ta phạ bà phạ, thuật đà ta phạ, đạt ma ta phạ, bà phạ thuật độ hám.**

(3 lần)

(Chủ lễ thắp 3 cây hương, quỳ ngay ngắn nâng hương lên ngang trán niệm bài Cúng hương sau đây.)

CÚNG HƯƠNG TÁN PHẬT

Nguyện thử diệu hương vân,
Biến mãn thập phương giới.
Cúng dường nhất thiết Phật,
Tôn Pháp, chư Bồ Tát,
Vô biên Thanh văn chúng,
Cập nhất thiết thánh hiền.
Duyên khởi quang minh đài,
Xứng tánh tác Phật sự.
Phổ huân chư chúng sanh,
Giai phát Bồ-đề tâm,
Viễn ly chư vọng nghiệp,
Viên thành vô thượng đạo.

(Chủ lễ xá 3 xá rồi đọc bài Kỳ nguyện dưới đây.)

KỲ NGUYỆN

Tư thời đệ tử chúng đẳng phúng tụng kinh chú, xưng tán hồng danh, tập thử công đức, nguyện thập phương thường trú Tam bảo, Bổn sư Thích-ca Mâu-ni Phật, Tiếp

Dẫn Đạo Sư A-di-đà Phật... từ bi gia hộ đệ tử... ..... Pháp danh... ..... phiền não đoạn diệt, nghiệp chướng tiêu trừ, thường hoạch kiết tường, vĩnh ly khổ ách. Phổ nguyện âm siêu dương thới, hải yến hà thanh, pháp giới chúng sanh tề thành Phật đạo.

(Cắm hương ngay ngắn vào lư hương rồi đứng thẳng chắp tay niệm bài Tán Phật sau đây.)

TÁN PHẬT

Pháp vương vô thượng tôn,
Tam giới vô luân thất.
Thiên nhân chi Đạo sư,
Tứ sanh chi từ phụ.
Ư nhất niệm quy y,
Năng diệt tam kỳ nghiệp.
Xưng dương nhược tán thán,
Ức kiếp mạc năng tận.

QUÁN TƯỞNG

Năng lễ sở lễ tánh không tịch,

Cảm ứng đạo giao nan tư nghì.

Ngã thử đạo tràng như đế châu,

Thập phương chư Phật ảnh hiện trung.

Ngã thân ảnh hiện chư Phật tiền,

Đầu diện tiếp túc quy mạng lễ.

Chí tâm đảnh lễ: Nam-mô tận hư không biến pháp giới quá, hiện, vị lai thập phương chư Phật, Tôn pháp, Hiền thánh tăng thường trú Tam bảo.

(1 lạy)

Chí tâm đảnh lễ: Nam-mô Ta-bà Giáo chủ Bổn sư Thích-ca Mâu-ni Phật, Đương lai hạ sanh Di-lặc Tôn Phật, Đại trí Văn-thù-sư-lợi Bồ Tát, Đại hạnh Phổ Hiền Bồ Tát,

Hộ Pháp Chư Tôn Bồ Tát, Linh Sơn Hội Thượng Phật Bồ Tát.

(1 lạy)

Chí tâm đảnh lễ: Nam-mô Tây phương Cực Lạc Thế giới Đại từ Đại bi A-di-đà Phật, Đại bi Quán Thế Âm Bồ Tát, Đại Thế Chí Bồ Tát, Đại nguyện Địa Tạng Vương Bồ Tát, Thanh Tịnh Đại Hải Chúng Bồ Tát.

(1 lạy)

(Từ đây bắt đầu khai chuông mõ, đại chúng đồng tụng.)

TÁN HƯƠNG

Lư hương xạ nhiệt,
Pháp giới mông huân,
Chư Phật hải hội tất diêu văn,
Tùy xứ kiết tường vân,
Thành ý phương ân,
Chư Phật hiện toàn thân.

Nam-mô Hương Vân Cái Bồ Tát Ma-ha-tát.

(3 lần)

CHÚ ĐẠI BI

Nam-mô Đại Bi Hội Thượng Phật Bồ Tát.

(3 lần)

Thiên thủ thiên nhãn vô ngại đại bi tâm đà-la-ni.

Nam mô hắc ra đát na đa ra dạ da. Nam mô a rị da, bà lô yết đế, thước bát ra da, bồ đề tát đỏa bà da, ma ha tát đỏa bà da, ma ha ca lô ni ca da. Án, tát bàn ra phạt duệ, số đát na đát tỏa.

Nam mô tất kiết lật đỏa y mông, a rị da bà lô kiết đế, thất phật ra lăng đà bà.

Nam mô na ra cẩn trì hê rị, ma ha bàn đa sa mế, tát bà a tha đậu du bằng, a thệ dựng, tát bà tát đa, na ma bà dà, ma phạt đạt đậu, đát điệt tha. Án a bà lô hê, lô ca đế, ca ra đế, di hê rị, ma ha bồ đề tát đỏa, tát bà tát bà, ma ra ma ra, ma hê ma hê, rị đà dựng cu lô cu lô, kiết mông độ lô độ lô, phạt xà da dế, ma ha phạt xà da dế, đà ra đà ra, địa rị ni, thất Phật ra da, dá ra dá ra. Mạ mạ phạt ma ra, mục đế lệ, y hê y hê, thất na thất na, a ra sâm Phật ra xá lợi, phạt sa phạt sâm, Phật ra xá da, hô lô hô lô ma ra, hô lô hô lô hê rị, ta ra ta ra, tất rị tất rị, tô rô tô rô, bồ đề dạ bồ đề dạ, bồ đà dạ bồ đà dạ, di đế rị dạ, na ra cẩn trì địa rị sắc ni na, ba dạ ma na, ta bà ha. Tất đà dạ, ta bà ha. Ma ha tất đà dạ ta bà ha. Tất đà du nghệ, thất bàn ra dạ, ta bà ha. Na ra cẩn trì, ta bà ha. Ma ra na ra, ta bà ha. Tất ra tăng a mục khê da, ta bà ha. Ta bà ma ha, a tất đà dạ, ta bà ha. Giả kiết ra a tất đà dạ, ta bà ha. Ba đà ma yết, tất đà dạ, ta bà ha. Na ra cẩn trì bàn đà ra dạ, ta bà ha. Ma bà ly thắng yết ra dạ, ta bà ha.

Nam mô hắc ra đát na đa ra dạ da. Nam mô a rị da bà lô yết đế, thước bàn ra dạ, ta bà ha.

Án tất điện đô, mạn đa ra, bạt đà dạ, ta bà ha. *(3 lần)*

Nam-mô Bổn sư Thích-ca Mâu-ni Phật.

(3 lần)

KHAI KINH KỆ

Vô thượng thậm thâm vi diệu pháp,
Bá thiên vạn kiếp nan tao ngộ,
Ngã kim kiến văn đắc thọ trì,
Nguyện giải Như Lai chân thật nghĩa.

Nam-mô Liên Trì Hải Hội Phật Bồ Tát.

(3 lần)

PHẦN DỊCH ÂM

ĐẠI THỪA VÔ LƯỢNG NGHĨA KINH

(Tiêu Tề Thiên Trúc Sa-môn Đàm-ma-già-đà-da-xá dịch)

ĐỨC HẠNH PHẨM ĐỆ NHẤT

Như thị ngã văn. Nhất thời, Phật trụ Vương Xá thành, Kỳ-xà-quật sơn trung, dữ đại tỳ-kheo chúng vạn nhị thiên nhân câu. Bồ Tát ma-ha-tát vạn nhân. Thiên, long, dạ-xoa, càn-thát-bà, a-tu-la, ca-lầu-la, khẩn-na-la, ma-hầu-la-già, chư tỳ-kheo, tỳ-kheo ni, cập ưu-bà-tắc, ưu-bà-di câu. Đại chuyển luân vương, tiểu chuyển luân vương, kim luân, ngân luân, chư luân chi vương, quốc vương, vương tử, quốc thần, quốc dân, quốc sĩ, quốc nữ, quốc đại trưởng giả, các dữ quyến thuộc bá thiên vạn số nhi tự vi nhiễu, lai nghệ Phật sở, đầu diện lễ túc nhiễu bá thiên táp, thiêu hương, tán hoa, chủng chủng cúng dường. Cúng dường Phật dĩ, thối nhất diện tọa.

Kỳ Bồ Tát danh viết Văn-thù-sư-lợi Pháp vương tử, Đại Oai Đức Tạng Pháp vương tử, Vô Ưu Tạng Pháp vương tử, Đại Biện Tạng Pháp vương tử, Di-lặc Bồ Tát, Đạo Thủ Bồ Tát, Dược Vương Bồ Tát, Dược Thượng Bồ Tát, Hoa Tràng Bồ Tát, Hoa Quang Bồ Tát, Đà-la-ni Tự Tại Vương Bồ Tát, Quán Thế Âm Bồ Tát, Đại Thế Chí Bồ Tát, Thường Tinh Tấn Bồ Tát, Bảo Ấn Thủ Bồ Tát, Bảo Tích Bồ Tát, Bảo Trượng Bồ Tát, Việt Tam Giới Bồ Tát, Tỳ-ma-bạt-la Bồ Tát, Hương Tượng Bồ Tát, Đại Hương Tượng Bồ Tát, Sư Tử Hống Vương Bồ Tát,

PHẦN DỊCH ÂM

Sư Tử Du Hý Thế Bồ Tát, Sư Tử Phấn Tấn Bồ Tát, Sư Tử Tinh Tấn Bồ Tát, Dũng Nhuệ Lực Bồ Tát, Sư Tử Oai Mãnh Phục Bồ Tát, Trang Nghiêm Bồ Tát, Đại Trang Nghiêm Bồ Tát. Như thị đẳng Bồ Tát ma-ha-tát bát vạn nhân câu.

Thị chư Bồ Tát mạc bất giai thị Pháp thân Đại sĩ. Giới, Định, Tuệ, Giải thoát, Giải thoát tri kiến chi sở thành tựu. Kỳ tâm thiền tịch, thường tại Tam-muội, điềm an đạm bạc, vô vi vô dục, điên đảo loạn tưởng bất phục đắc nhập. Tĩnh tịch thanh trừng, chí huyền hư mịch, thủ chí bất động ức bá thiên kiếp. Vô lượng pháp môn tất hiện tại tiền. Đắc đại trí tuệ, thông đạt chư pháp, hiểu liễu phân biệt tánh tướng chân thật, hữu, vô, trường, đoản, minh hiện hiển bạch.

Hựu thiện năng tri chư căn tánh

dục, dĩ đà-la-ni vô ngại biện tài, thỉnh Phật Chuyển Pháp luân, tùy thuận năng chuyển. Vi trích tiên đọa, dĩ yêm dục trần. Khai Niết-bàn môn, phiến giải thoát phong, trừ thế nhiệt não, trí pháp thanh lương. Thứ giáng thậm thâm Thập nhị nhân duyên, dụng sái vô minh, lão, bệnh, tử đẳng, mãnh thạnh xí nhiên, khổ tụ nhật quang.

Nhĩ nãi hồng chú vô thượng Đại thừa, nhuận tí chúng sanh, chư hữu thiện căn. Bố thiện chủng tử, biến công đức điền, phổ linh nhất thiết phát Bồ-đề manh. Trí tuệ nhật nguyệt, phương tiện thời tiết phò sơ tăng trưởng Đại thừa sự nghiệp, linh chúng tật thành A-nậu-đa-la Tam-miệu Tam-bồ-đề. Thường trụ khoái lạc, vi diệu, chân thật, vô lượng đại bi cứu khổ chúng sanh.

Thị chư chúng sanh chân thiện

tri thức. Thị chư chúng sanh đại lương phước điền. Thị chư chúng sanh bất thỉnh chi sư. Thị chư chúng sanh an ổn lạc xứ, cứu xứ, hộ xứ, đại y chỉ xứ. Xứ xứ vị chúng tác đại lương đạo, đạo sư, đại đạo sư. Năng vị sanh manh, nhi tác nhãn mục. Lung, nghị, á giả, tác nhĩ, tỵ, thiệt. Chư căn hủy khuyết, năng linh cụ túc. Điên cuồng hoang loạn, tác đại chánh niệm. Thuyền sư, đại thuyền sư vận tải quần sanh, độ sanh tử hà, trí Niết-bàn ngạn. Y vương, đại y vương, phân biệt bệnh tướng, hiểu liễu dược tánh, tùy bệnh thọ dược linh chúng lạc phục. Điều ngự, Đại điều ngự, vô chư phóng dật hạnh, do như tượng mã sư, năng điều vô bất điều.

Sư tử dũng mãnh, oai phục chúng thú, nan khả tư hoại. Du hý Bồ Tát chư Ba-la-mật. Ư Như Lai địa kiên cố bất động, an trụ nguyện lực, quảng tịnh Phật quốc, bất cửu đắc thành A-nậu-đa-la Tam-miệu Tam-bồ-đề. Thị chư Bồ Tát Ma-ha-tát giai hữu như thị bất tư nghị đức.

Kỳ tỳ-kheo danh viết: Đại trí Xá-lợi-phất, Thần thông Mục-kiền-liên, Huệ mạng Tu-bồ-đề, Ma-ha Ca-chiên-diên, Di-đa-la-ni tử Phú-lâu-na, A-nhã Kiều-trần-như đẳng, Thiên nhãn A-na-luật, Trì luật Ưu-ba-ly, Thị giả A-nan, Phật tử La-vân, Ưu-ba-nan-đà, Ly-bà-đa, Kiếp-tân-na, Bạc-câu-la, A-châu-đà, Tá-già-đà, Đầu-đà Đại Ca-diếp, Ưu-lâu-tần-loa Ca-diếp, Già-da Ca-diếp, Na-đề Ca-diếp đẳng... Như thị tỳ-kheo vạn nhị thiên nhân, giai A-la-hán tận chư kết lậu, vô phục phược trước, chân chánh giải thoát.

Nhĩ thời, Đại Trang Nghiêm Bồ Tát ma-ha-tát biến quan chúng tọa, các định ý dĩ, dữ chúng trung bát vạn Bồ Tát ma-ha-tát câu, tùng tòa nhi khởi, lai nghệ Phật sở, đầu diện lễ túc, nhiễu bá thiên táp, thiêu tán thiên hoa, thiên hương, thiên y, thiên anh lạc, thiên vô giá bảo, tùng thượng không trung, triển chuyển lai há, tứ diện vân tập, nhi hiến ư Phật. Thiên trù, thiên bát khí, thiên bá vị sung mãn doanh dật. Kiến sắc, văn hương, tự nhiên bão túc. Thiên tràng, thiên phan, thiên hiên cái, thiên diệu nhạc cụ, xứ xứ an trí; tác thiên kỹ nhạc, ngâu lạc ư Phật.

Tức tiền hồ quị, hiệp chưởng nhất tâm, câu cộng đồng thinh, thuyết kệ tán ngôn:

Đại tai, đại ngộ, đại thánh chủ,
Vô cấu, vô nhiễm, vô sở trước.
Thiên nhân, tượng mã điều ngự sư,

Đạo phong, đức hương huân nhất thiết.
Trí điềm tình bạc, lự ngưng tĩnh,
Ý diệt thức vong, tâm diệc tịch;
Vĩnh đoạn mộng vọng tư tưởng niệm,
Vô phục chư đại, ấm, giới, nhập.
Kỳ thân phi hữu diệc phi vô,
Phi nhân, phi duyên, phi tự tha,
Phi phương, phi viên, phi đoản trường,
Phi xuất, phi một, phi sanh diệt.
Phi tạo, phi khởi, phi vi tác,
Phi tọa, phi ngọa, phi hành trụ,
Phi động, phi chuyển, phi nhàn tĩnh,
Phi tấn, phi thối, phi an nguy.
Phi thị, phi phi, phi đắc thất,
Phi bỉ, phi thử, phi khứ lai;
Phi thanh, phi hoàng, phi xích bạch,

Phi hồng, phi tử, chủng chủng sắc.

Giới, định, tuệ, giải, tri kiến sanh,

Tam minh, Lục thông, Đạo phẩm phát,

Từ bi, Thập lực, Vô úy khởi,

Chúng sanh thiện nghiệp nhân duyên xuất.

Thị vi trượng lục tử kim huy,

Phương chỉnh chiếu diệu thậm minh triệt;

Hào tướng nguyệt triền, hạng nhật quang,

Triền phát hám thanh, đỉnh nhục kế.

Tịnh nhãn minh cảnh thượng hạ huyến,

Mi, tiệp hám thư, phương khẩu giáp;

Thần, thiệt xích hảo nhược đơn quả,

Bạch xỉ tứ thập do kha tuyết.
Ngạch quảng, tỷ tu, diện môn khai,
Hung biểu vạn tự, sư tử ức,
Thủ, túc nhu nhuyễn cụ thiên phúc.
Dịch, chưởng hiệp mạn nội ngoại ác,
Tý, dong châu trường, chỉ trực tiêm,
Bì phu tế nhuyễn, mao hữu triền;
Lỏa tất bất hiện, âm mã tàng,
Tế cân tỏa cốt, lộc đoan trường.
Biển lý ánh triệt tịnh vô cấu,
Tịnh thủy mạc nhiễm bất thọ trần;
Như thị đẳng tướng tam thập nhị,
Bát thập chủng hảo tự khả kiến.
Nhi thật vô tướng, phi tướng sắc,

Nhất thiết hữu tướng nhãn đối tuyệt;
Vô tướng chi tướng, hữu tướng thân,
Chúng sanh thân tướng, tướng diệc nhiên.
Năng linh chúng sanh hoan hỷ lễ,
Đầu tâm biểu kính thành ân cần;
Nhân thị tự cao ngã mạn trừ,
Thành tựu như thị diệu sắc khu.
Ngã đẳng bát vạn chi đẳng chúng,
Câu cộng khể thủ hàm qui mạng;
Thiện diệt tư tưởng, tâm, ý, thức,
Tượng mã điều ngự Vô trước Thánh.
Khể thủ qui y Pháp sắc thân,
Giới, Định, Tuệ, Giải, Tri kiến tụ.

Khể thủ qui y Diệu chủng tướng,
Khể thủ qui y nan tư nghị.
Phạm âm lôi chấn hưởng bát chủng,
Vi diệu, thanh tịnh, thậm thâm viễn.
Tứ đế, Lục độ, Thập nhị duyên,
Tùy thuận chúng sanh tâm nghiệp chuyển.
Hữu văn mạc bất tâm ý khai,
Vô lượng sanh tử chúng kết đoạn.
Hữu văn hoặc đắc Tu-đà-hoàn,
Tư-đà, A-na, A-la-hán,
Vô lậu Vô vi Duyên giác xứ,
Vô sanh Vô diệt Bồ Tát Địa:
Hoặc đắc vô lượng đà-la-ni,
Vô ngại lạc thuyết đại biện tài.
Diễn thuyết thậm thâm vi diệu kệ,
Du hý, tảo dục pháp thanh trì;
Hoặc dược, phi, đằng, hiện thần túc,

Xuất một thủy hỏa, thân tự do.
Như thị Pháp luân tướng như thị,
Thanh tịnh vô biên, nan tư nghị.
Ngã đẳng hàm phục cộng khể thủ,
Qui y Pháp luân chuyển dĩ thời.
Khể thủ qui y phạm âm thinh,
Khể thủ qui y duyên đế độ;
Thế Tôn vãng tích vô lượng kiếp,
Cần khổ tu tập chúng đức hạnh.
Vị ngã nhân, thiên, long, thần vương,
Phổ cập nhất thiết chư chúng sanh;
Năng xả nhất thiết chư nan xả,
Tài bảo, thê tử cập quốc thành.
Ư pháp nội ngoại vô sở lận,
Đầu mục tủy não tất thí nhân.
Phụng trì chư Phật thanh tịnh giới,

Nãi chí thất mạng bất hủy thương.
Nhược nhân đao trượng lai gia hại,
Ác khẩu mạ nhục chung bất sân;
Lịch kiếp tỏa thân bất quyện nọa,
Trú dạ nhiếp tâm thường tại thiền.
Biến học nhất thiết chúng đạo pháp,
Trí tuệ thâm nhập chúng sanh căn.
Thị cố kim đắc tự tại lực,
Ư pháp tự tại vi Pháp vương.
Ngã phục hàm cộng lễ khể thủ
Qui y năng cần chư nan cần.

THUYẾT PHÁP PHẨM ĐỆ NHỊ

(CHÁNH TÔNG)

Nhĩ thời, Đại Trang Nghiêm Bồ Tát ma-ha-tát dữ bát vạn Bồ Tát ma-ha-tát thuyết thị kệ tán Phật dĩ, câu bạch Phật ngôn: "Thế Tôn! Ngã đẳng bát vạn Bồ Tát chi chúng, kim giả dục ư Như Lai pháp trung, hữu sở tư vấn. Bất thẩm Thế Tôn thùy mẫn thính phủ?"

Phật cáo Đại Trang nghiêm Bồ Tát cập bát vạn Bồ Tát ngôn: "Thiện tai, thiện tai! Thiện nam tử, thiện tri thị thời, tứ nhữ sở vấn. Như Lai bất cửu đương bát Niết-bàn. Niết-bàn chi hậu, phổ linh nhất thiết vô phục dư nghi. Dục hà sở vấn tiện khả thuyết dã."

Ư thị Đại Trang Nghiêm Bồ Tát dữ bát vạn Bồ Tát tức cộng đồng thinh bạch Phật ngôn: "Thế Tôn! Bồ Tát ma-ha-tát dục đắc tật thành A-nậu-đa-la Tam-miệu Tam-bồ-đề, ưng đương tu hành hà đẳng pháp môn? Hà đẳng pháp môn năng linh Bồ Tát ma-ha-tát tật thành A-nậu-đa-la Tam-miệu Tam-bồ-đề?

Phật cáo Đại Trang Nghiêm Bồ Tát cập bát vạn Bồ Tát ngôn: "Thiện nam tử! Hữu nhất pháp môn năng linh Bồ Tát tật đắc A-nậu-đa-la Tam-miệu Tam-bồ-đề. Nhược hữu Bồ Tát học thị pháp môn giả, tắc năng tật đắc A-nậu-đa-la Tam-miệu Tam-bồ-đề."

"Thế Tôn! Thị pháp môn giả hiệu tự hà đẳng? Kỳ nghĩa vân hà? Bồ Tát vân hà tu hành?"

Phật ngôn: "Thiện nam tử! Thị nhất pháp môn danh vi Vô lượng nghĩa. Bồ Tát dục đắc tu học Vô lượng nghĩa giả, ưng đương quán sát nhất thiết chư pháp, tự bổn lai kim, tánh tướng không tịch, vô đại vô tiểu, vô sanh vô diệt, phi trụ phi động, bất tấn bất thối, do như hư không. Vô hữu thị pháp, nhi chư chúng sanh hư vọng hoạnh kế: thị thử, thị bỉ, thị đắc, thị thất.

"Khởi bất thiện niệm, tạo chúng ác nghiệp: luân hồi lục thú, bị chư khổ độc. Vô lượng ức kiếp, bất năng tự xuất. Bồ Tát ma-ha-tát như thị đế quán, sanh lân mẫn tâm, phát đại từ bi tương dục cứu bạt.

"Hựu phục thâm nhập nhất thiết chư pháp: pháp tướng như thị sanh như thị pháp; pháp tướng như thị trụ như thị pháp; pháp tướng như thị dị như thị pháp; pháp tướng như thị diệt như thị pháp. Pháp tướng như thị năng sanh ác pháp; pháp tướng như thị năng sanh thiện pháp. Trụ, dị, diệt, giả, diệc phục như thị. Bồ Tát như thị quán sát tứ tướng thủy mạt, tất biến tri dĩ.

"Thứ phục đế quán nhất thiết chư pháp: niệm niệm bất trụ, tân tân sanh diệt. Phục quán tức thời sanh, trụ, dị, diệt. Như thị quán dĩ, nhi nhập chúng sanh chư căn tánh dục. Tánh dục vô lượng, cố thuyết pháp vô lượng. Thuyết pháp vô lượng, cố nghĩa diệc vô lượng.

Vô lượng nghĩa giả, tùng nhất pháp sanh. Kỳ nhất pháp giả, tức vô tướng dã. Như thị vô tướng, vô tướng bất tướng. Bất tướng vô tướng, danh vi thật tướng. Bồ Tát ma-ha-tát an trụ như thị chân thật tướng dĩ, sở phát từ bi, minh đế bất hư. Ư chúng sanh sở, chân năng bạt khổ. Khổ ký bạt dĩ, phục vị thuyết pháp, linh chư chúng sanh thọ ư khoái lạc.

"Thiện nam tử! Bồ Tát Ma-ha-tát nhược năng như thị tu nhất pháp môn Vô lượng nghĩa giả, tất đắc tật thành A-nậu-đa-la Tam-miệu Tam-bồ-đề.

"Thiện nam tử! Như thị thậm thâm vô thượng Đại thừa Vô Lượng Nghĩa Kinh, văn lý chân chánh, tôn vô quá thượng. Tam thế chư Phật sở cộng thủ hộ. Vô hữu chúng ma quần đạo đắc nhập. Bất vi nhất thiết tà kiến sanh tử chi sở hoại bại.

Thị cố thiện nam tử! Bồ Tát ma-ha-tát nhược dục tật thành Vô thượng Bồ-đề, ưng đương tu học như thị thậm thâm Vô thượng Đại thừa Vô Lượng Nghĩa Kinh.

Nhĩ thời, Đại Trang Nghiêm Bồ Tát phục bạch Phật ngôn: "Thế Tôn! Thế Tôn thuyết pháp bất khả tư nghị. Chúng sanh căn tánh diệc bất khả tư nghị. Pháp môn giải thoát diệc bất khả tư nghị. Ngã đẳng ư Phật sở thuyết chư pháp, vô phục nghi nan. Nhi chư chúng sanh, sanh mê hoặc tâm, cố trùng tư vấn.

"Thế Tôn! Tự tùng Như Lai đắc đạo dĩ lai, tứ thập dư niên, thường vị chúng sanh, diễn thuyết chư pháp: Tứ tướng chi nghĩa: Khổ nghĩa, không nghĩa, vô thường, vô ngã, vô đại, vô tiểu, vô sanh, vô diệt, nhất tướng vô tướng, pháp tánh pháp tướng bổn lai không tịch, bất lai bất khứ, bất xuất bất một. Nhược hữu văn giả, hoặc đắc Noãn pháp, Đảnh pháp, Nhẫn pháp, Thế đệ nhất pháp, Tu-đà-hoàn quả, Tư-đà-hàm quả, A-na-hàm quả, A-la-hán quả, Bích chi Phật đạo, phát Bồ-đề tâm, đăng Đệ nhất địa, Đệ nhị địa, Đệ tam chí Đệ thập địa. Vãng nhật sở thuyết chư pháp chi nghĩa dữ kim sở thuyết hữu hà đẳng dị nhi ngôn: Thậm thâm Vô thượng Đại thừa Vô Lượng Nghĩa Kinh, Bồ Tát tu hành, tất đắc tật thành Vô thượng Bồ-đề? Thị sự vân hà? Duy nguyện Thế Tôn từ ai nhất thiết, quảng vị chúng sanh nhi phân biệt chi, phổ linh hiện tại cập vi lai thế hữu văn pháp giả, vô dư nghi võng.

Ư thị, Phật cáo Đại Trang Nghiêm Bồ Tát: Thiện tai, thiện tai! Đại thiện nam tử! Năng vấn Như Lai như thị thậm thâm vô thượng Đại thừa vi diệu chi nghĩa! Đương tri nhữ năng đa sở lợi ích an lạc nhân thiên, bạt khổ chúng sanh, chân đại từ bi, tín thật bất hư. Dĩ thị nhân duyên, tất đắc tật thành Vô thượng Bồ-đề, diệc linh nhất thiết kim thế, lai thế chư hữu chúng sanh đắc thành Vô thượng Bồ-đề.

Thiện nam tử! Tự ngã đạo tràng Bồ-đề thọ hạ, đoan tọa lục niên, đắc thành A-nậu-đa-la Tam-miệu Tam-bồ-đề, dĩ Phật nhãn quán nhất thiết chư pháp bất khả tuyên thuyết. Sở dĩ giả hà? Dĩ chư chúng sanh tánh dục bất đồng, chủng chủng thuyết pháp. Dĩ phương tiện lực, tứ thập dư niên vị hiển chân thật. Thị cố chúng sanh đắc đạo sai biệt, bất đắc tật thành Vô thượng Bồ-đề.

Thiện nam tử! Pháp tỷ như thủy, năng tẩy cấu uế. Nhược tỉnh, nhược trì, nhược giang, nhược hà, khê, cừ, đại hải, giai tất năng tẩy chư hữu cấu uế. Kỳ pháp thủy giả diệc phục như thị, năng tẩy chúng sanh chư phiền não cấu.

Thiện nam tử! Thủy tánh thị nhất. Giang, hà, tỉnh, trì, khê, cừ, đại hải các các biệt dị. Kỳ pháp tánh giả diệc phục như thị, tẩy trừ trần lao, đẳng vô sai biệt. Tam pháp, Tứ quả, Nhị đạo bất nhất.

Thiện nam tử! Thủy tuy câu tẩy, nhi tỉnh phi trì, trì phi giang hà, khê cừ phi hải. Như Lai thế hùng ư pháp tự tại, sở thuyết chư pháp, diệc phục như thị. Sơ, trung hậu thuyết giai năng tẩy trừ chúng sanh phiền não. Nhi sơ phi trung, nhi trung phi hậu. Sơ trung, hậu thuyết, văn từ tuy nhất, nhi nghĩa các dị.

Thiện nam tử! Ngã khởi thọ vương, nghệ Ba-la-nại, Lộc dã viên trung, vị A-nhã Câu-lân đẳng ngũ nhân chuyển Tứ đế pháp luân thời. Diệc thuyết chư pháp bổn lai không tịch, đại tạ bất trụ niệm niệm sanh diệt.

Trung gian ư thử cập dĩ xứ xứ, vị chư tỳ-kheo tinh chúng Bồ Tát, biện diễn tuyên thuyết Thập nhị nhân duyên, Lục Ba-la-mật. Diệc thuyết chư pháp bổn lai không tịch, đại tạ bất trụ niệm niệm sanh diệt.

Kim phục ư thử, diễn thuyết Đại thừa Vô Lượng Nghĩa Kinh. Diệc thuyết chư pháp, bổn lai không tịch, đại tạ bất trụ, niệm niệm sanh diệt.

Thiện nam tử! Thị cố sơ thuyết, trung thuyết, kim thuyết, văn từ thị nhất, nhi nghĩa biệt dị. Nghĩa dị cố, chúng sanh giải dị. Giải dị cố, đắc pháp, đắc quả, đắc đạo diệc dị.

Thiện nam tử! Sơ thuyết Tứ đế, vị cầu Thanh văn nhân, nhi bát ức chư thiên lai há thính pháp, phát Bồ-đề tâm.

Trung ư xứ xứ, diễn thuyết thậm thậm Thập nhị nhân duyên,

PHẦN DỊCH ÂM

vị cầu Bích-chi Phật nhân, nhi vô lượng chúng sanh phát Bồ-đề tâm,

Hoặc trụ Thanh văn, thứ thuyết Phương đẳng Thập nhị bộ kinh, Ma-ha Bát-nhã, Hoa nghiêm Hải không, tuyên thuyết Bồ Tát lịch kiếp tu hành, nhi bá thiên tỳ-kheo, vạn ức nhân thiên, vô lượng chúng sanh đắc Tu-đà-hoàn, Tư-đà-hàm, A-na-hàm, A-la-hán quả, trụ Bích-chi Phật nhân duyên pháp trung.

Thiện nam tử! Dĩ thị nghĩa cố, cố tri thuyết đồng, nhi nghĩa biệt dị. Nghĩa dị cố, chúng sanh giải dị. Giải dị cố, đắc pháp, đắc quả, đắc đạo diệc dị.

Thị cố, thiện nam tử! Tự ngã đắc đạo, sơ khởi thuyết pháp chí vu kim nhật diễn thuyết Đại thừa Vô Lượng Nghĩa Kinh, vị tằng bất thuyết khổ, không, vô thường, vô ngã, phi chân phi giả, phi đại phi tiểu, bổn lai bất sanh, kim diệc bất diệt, nhất tướng vô tướng, pháp tướng pháp tánh bất lai bất khứ, nhi chúng sanh tứ tưởng sở thiên.

Thiện nam tử! Dĩ thị nghĩa cố, chư Phật vô hữu nhị ngôn. Năng dĩ nhất âm, phổ ứng chúng thanh, năng dĩ nhất thân, thị bá thiên vạn ức na-do-tha vô lượng vô số Hằng hà sa thân. Nhất nhất thân trung hựu thị nhược can bá thiên vạn ức na-do-tha a-tăng-kỳ Hằng hà sa chủng chủng loại hình. Nhất nhất hình trung hựu thị nhược can bá thiên vạn ức na-do-tha a-tăng-kỳ Hằng hà sa hình.

Thiện nam tử! Thị tắc chư Phật bất khả tư nghị thậm thâm cảnh giới. Phi Nhị thừa sở tri, diệc phi Thập trụ Bồ Tát sở cập. Duy Phật dữ Phật nãi năng cứu liễu.

Thiện nam tử! Thị cố ngã thuyết vi diệu thậm thâm Vô thượng Đại thừa Vô Lượng Nghĩa Kinh, văn lý chân chánh, tôn vô quá thượng. Tam thế chư Phật sở cộng thủ hộ. Vô hữu chúng ma ngoại đạo đắc nhập. Bất vi nhất thiết tà kiến sanh tử chi sở hoại bại. Bồ Tát ma-ha-tát nhược dục tật thành Vô thượng Bồ-đề, ưng đương tu học như thị thậm thâm Vô thượng Đại thừa Vô lượng nghĩa Kinh.

Phật thuyết thị dĩ, ư thị tam thiên đại thiên thế giới lục chủng chấn động. Tự nhiên không trung vũ chủng chủng hoa: thiên ưu-bát-la hoa, bát-đàm-ma hoa, câu-vật-đầu hoa, phân-đà-ly hoa. Hựu vũ vô số chủng chủng thiên hương, thiên y, thiên anh lạc, thiên vô giá bảo. Ư thượng không trung triển chuyển lai há, cúng dường ư Phật cập chư

Bồ Tát Thanh văn Đại chúng, thiên trù, thiên bát khí, thiên bá vị sung mãn doanh dật. Thiên tràng, thiên phan, thiên hiên cái, thiên diệu nhạc cụ xứ xứ an trí, tác thiên kỹ nhạc, ca thán ư Phật.

Hựu phục lục chủng chấn động. Đông phương Hằng hà sa đẳng Phật thế giới diệc vũ thiên hoa, thiên hương, thiên y, thiên anh lạc, thiên vô giá bảo, thiên trù, thiên bát khí, thiên bá vị, thiên tràng, thiên phan, thiên hiên cái, thiên diệu nhạc cụ, tác thiên kỹ nhạc, ca thán bỉ Phật cập Bồ Tát Thanh văn Đại chúng. Nam, Tây, Bắc phương, tứ duy, Thượng, Hạ diệc phục như thị. Ư thị chúng trung, tam vạn nhị thiên Bồ Tát ma-ha-tát đắc Vô lượng nghĩa Tam-muội. Nhị vạn tứ thiên Bồ Tát ma-ha-tát đắc vô lượng vô số đà-la-ni môn, năng chuyển nhất thiết tam thế chư Phật Bất thối pháp luân. Kỳ chư tỳ-kheo, tỳ-kheo ni, ưu-bà-tắc, ưu-bà-di, thiên, long, dạ-xoa, càn-thát-bà, a-tu-la, ca-lầu-la, khẩn-na-la, ma-hầu-la-già, Đại Chuyển luân vương, Tiểu chuyển luân vương, ngân luân, thiết luân, chư luân chi vương, quốc vương, vương tử, quốc thần, quốc dân, quốc sĩ, quốc nữ, quốc đại trưởng giả cập chư quyến thuộc bá thiên chúng câu, văn Phật sở thuyết như thị kinh thời, hoặc đắc Noãn pháp, Đỉnh pháp, Nhẫn pháp, Thế gian đệ nhất pháp, Tu-đà-hoàn quả, Tư-đà-hàm quả, A-na-hàm quả, A-la-hán quả, Bích-chi Phật quả. Hựu đắc Bồ Tát Vô sanh pháp Nhẫn. Hựu đắc nhất đà-la-ni. Hựu đắc nhị đà-la-ni. Hựu đắc tam đà-la-ni. Hựu đắc tứ đà-la-ni, ngũ, lục, thất, bát, cửu, thập đà-la-ni. Hựu đắc bá thiên vạn ức đà-la-ni. Hựu đắc vô lượng vô số Hằng hà a-tăng-kỳ đà-la-ni, giai năng tùy thuận chuyển Bất thối chuyển pháp luân. Vô lượng chúng sanh phát A-nậu-đa-la Tam-miệu Tam-bồ-đề tâm.

THẬP CÔNG ĐỨC PHẨM
ĐỆ TAM

Nhĩ thời, Đại Trang Nghiêm Bồ Tát Ma-ha-tát phục bạch Phật ngôn: "Thế Tôn! Thế Tôn thuyết thị vi diệu thậm thâm Vô thượng Đại thừa Vô lượng nghĩa Kinh chân thật thậm thâm! Thậm thâm, thậm thâm! Sở dĩ giả hà? Ư thử chúng trung, chư Bồ Tát ma-ha-tát cập chư tứ chúng, thiên, long, quỷ, thần, quốc vương, thần dân, chư hữu chúng sanh văn thị thậm thâm Vô thượng Đại thừa Vô lượng nghĩa Kinh, vô bất hoạch đắc Đà-la-ni môn, Tam pháp, Tứ quả, Bồ-đề chi tâm.

"Đương tri thử pháp văn lý chân chánh, tôn vô quá thượng, tam thế chư Phật chi sở thủ hộ. Vô hữu chúng ma quần đạo đắc nhập.

Bất vi nhất thiết tà kiến sanh tử chi sở hoại bại. Sở dĩ giả hà? Nhất văn năng trì nhất thiết pháp cố. Nhược hữu chúng sanh năng văn thị kinh, tắc vi đại lợi. Sở dĩ giả hà? Nhược năng tu hành tất đắc tật thành Vô thượng Bồ-đề. Kỳ hữu chúng sanh bất đắc văn giả, đương tri thị đẳng vi thất đại lợi. Quá vô lượng vô biên bất khả tư nghị a-tăng-kỳ kiếp, chung bất đắc thành vô thượng Bồ-đề. Sở dĩ giã hà? Bất tri Bồ-đề đại đạo trực cố, hành ư hiểm kính, đa lưu nạn cố.

"Thế Tôn! Thị kinh điển giả bất khả tư nghị. Duy nguyện Thế Tôn quảng vị đại chúng, từ ai phu diễn thị kinh thậm thâm bất tư nghị sự.

"Thế Tôn! Thị kinh điển giả tùng hà sở lai? Khứ hà sở chí? Trụ hà sở trụ? Nãi hữu như thị vô lượng công đức, bất tư nghị lực, linh chúng tật thành A-nậu-đa-la Tam-miệu Tam-bồ-đề?"

Nhĩ thời Thế Tôn cáo Đại Trang Nghiêm Bồ Tát ma-ha-tát ngôn: "Thiện tai, thiện tai! Thiện nam tử! Như thị, như thị. Như nhữ sở ngôn. Thiện nam tử! Ngã thuyết thị kinh thậm thâm thậm thâm, chân thật thậm thâm! Sở dĩ giả hà? Linh chúng tật thành vô thượng Bồ-đề cố. Nhất văn năng trì nhất thiết pháp cố, ư chư chúng sanh đại lợi ích cố, hành đại trực đạo, vô lưu nạn cố.

"Thiện nam tử! Nhữ vấn thị kinh tùng hà sở lai, khứ chí hà sở, trụ hà sở trụ giả. Đương thiện đế thính.

"Thiện nam tử! Thị kinh bổn tùng chư Phật cung trạch trung lai, khứ chí nhất thiết chúng sanh phát Bồ-đề tâm, trụ chư Bồ Tát sở trụ chi xứ.

"Thiện nam tử! Thị kinh như thị lai, như thị khứ, như thị trụ. Thị cố thử kinh năng hữu như thị vô lượng công đức, bất tư nghị lực, linh chúng tật thành Vô thượng Bồ-đề.

"Thiện nam tử! Nhữ ninh dục văn thị kinh phục hữu thập bất tư nghị công đức lực phủ?"

Đại Trang Nghiêm Bồ Tát ngôn: "Nguyện nhạo dục văn."

Phật ngôn: "Thiện nam tử! Đệ nhất, thị kinh năng linh Bồ Tát vị phát tâm giả, phát Bồ-đề tâm. Vô từ nhân giả, khởi từ nhân tâm. Háo sát lục giả, khởi đại bi tâm. Sanh tật đố giả, khởi tùy hỷ tâm. Hữu ái trước giả, khởi năng xả tâm. Chư khan tham giả, khởi bố thí tâm. Đa kiêu mạn giả, khởi trì giới tâm. Sân nhuế thạnh giả, khởi nhẫn nhục tâm. Sanh giải đãi giả, khởi tinh tấn tâm. Chư tán loạn giả, khởi thiền định tâm. Ư ngu si giả, khởi trí tuệ tâm. Vị năng độ bỉ giả, khởi độ bỉ tâm. Hành thập ác giả, khởi thập thiện tâm. Nhạo hữu vi giả, chí vô vi tâm. Hữu thối tâm giả, tác bất thối tâm. Vi hữu lậu giả, khởi vô lậu tâm. Đa phiền não giả, khởi trừ diệt tâm.

"Thiện nam tử! Thị danh thị kinh đệ nhất công đức bất tư nghị lực.

"Thiện nam tử! Đệ nhị, thị kinh bất khả tư nghị công đức lực giả, nhược hữu chúng sanh đắc văn thị kinh giả, nhược nhất chuyển, nhược nhất kệ, nãi chí nhất cú, tắc năng thông đạt bá, thiên, ức nghĩa. Vô lượng số kiếp, bất năng diễn thuyết sở thọ trì pháp. Sở dĩ giả hà? Dĩ kỳ thị pháp nghĩa vô lượng cố.

"Thiện nam tử! Thị kinh tỷ như tùng nhất chủng tử sanh bá thiên vạn số. Như thị triển chuyển nãi chí vô lượng. Thị kinh điển giả diệc phục như thị. Tùng nhất pháp sanh bá thiên nghĩa. Bá thiên nghĩa trung, nhất nhất nghĩa phục sanh bá thiên vạn số. Như thị triển chuyển nãi chí vô lượng, vô biên chi nghĩa. Thị cố thử kinh danh Vô Lượng Nghĩa.

"Thiện nam tử! Thị danh thị kinh đệ nhị công đức bất tư nghị lực.

"Thiện nam tử! Đệ tam thị kinh bất khả tư nghị công đức lực giả, nhược hữu chúng sanh đắc văn thị kinh, nhược nhất chuyển, nhược nhất kệ, nãi chí nhất cú, thông đạt bá thiên vạn ức nghĩa dĩ, tuy hữu phiền não, như vô phiền não, xuất sanh nhập tử, vô bố úy tưởng. Ư chư chúng sanh, sanh lân mẫn tưởng. Ư nhất thiết pháp, đắc dũng kiện tưởng, như tráng lực sĩ năng đảm năng trì chư hữu trọng giả. Thị trì kinh nhân diệc phục như thị. Năng hà vô lượng Bồ-đề trọng nhậm, đảm phụ chúng sanh xuất sanh tử đạo. Vị năng tự độ, dĩ năng độ tha. Do như thuyền sư, thân anh trọng bệnh, tứ thể bất ngự, an chỉ thử ngạn, hữu hảo kiên lao châu thuyền thường biện chư độ bỉ giả chi cụ, cấp dữ nhi khứ. Thị trì kinh giả diệc phục như thị. Tuy anh ngũ đạo chư hữu chi thân, bá bát trọng bệnh thường hằng tương triền; an chỉ vô minh, lão, tử thử ngạn, nhi hữu kiên lao thử Đại thừa kinh Vô

Lượng Nghĩa biện, năng độ chúng sanh. Chúng sanh như thuyết hành giả, đắc độ sanh tử.

"Thiện nam tử! Thị danh thị kinh đệ tam công đức bất tư nghị lực.

"Thiện nam tử! Đệ tứ thị kinh bất khả tư nghị công đức lực giả, nhược hữu chúng sanh đắc văn thị kinh nhược nhất chuyển, nhược nhất kệ, nãi chí nhất cú, đắc dũng kiện tưởng. Tuy vị tự độ, nhi năng độ tha. Dữ chư Bồ Tát dĩ vi quyến thuộc. Chư Phật Như Lai thường hướng thị nhân nhi diễn thuyết pháp. Thị nhân văn dĩ, tất năng thọ trì, tùy thuận bất nghịch, chuyển phục vị nhân tùy nghi quảng thuyết.

"Thiện nam tử! Thị nhân tỷ như quốc vương phu nhân tân

sanh vương tử. Nhược nhất nhật, nhược nhị nhật, nhược chí thất nhật, nhược nhất ngoạt, nhược nhị ngoạt, nhược chí thất ngoạt, nhược nhất tuế, nhược nhị tuế, nhược chí thất tuế, tuy phục bất năng lãnh lý quốc sự, dĩ vi thần dân chi sở tôn kính. Chư đại vương tử dĩ vi bạn lữ. Vương cập phu nhân ái tâm thiên trọng, thường dữ cộng ngứ. Sở dĩ giả hà? Dĩ trĩ tiểu cố.

Thiện nam tử! Thị trì kinh giả diệc phục như thị. Chư Phật quốc vương, thị kinh phu nhân hòa hiệp cộng sanh thị Bồ Tát tử.

"Nhược thị Bồ Tát đắc văn thị kinh nhược nhất cú, nhược nhất kệ, nhược nhất chuyển, nhược nhị chuyển, nhược thập, nhược bá, nhược thiên, nhược vạn, nhược ức vạn Hằng hà sa số chuyển, tuy phục bất năng thể chân lý cực, tuy phục bất năng chấn động tam thiên đại thiên quốc độ, lôi chấn Phạm âm, chuyển Đại pháp luân, dĩ vi nhất thiết Tứ chúng, Bát bộ chi sở tôn ngưỡng. Chư Đại Bồ Tát dĩ vi quyến thuộc. Thâm nhập chư Phật bí mật chi pháp, sở khả diễn thuyết vô vi, vô thất, thường vi chư Phật chi sở hộ niệm, từ ái thiên phúc. Dĩ tân học cố.

"Thiện nam tử! Thị danh thị kinh đệ tứ công đức bất tư nghị lực.

"Thiện nam tử! Đệ ngũ, thị kinh bất khả tư nghị công đức lực giả, nhược thiện nam tử, thiện nữ nhân nhược Phật tại thế, nhược diệt độ hậu, kỳ hữu thọ trì, độc tụng, thơ tả như thị thậm thâm Vô thượng Đại thừa Vô Lượng Nghĩa Kinh, thị nhân tuy phục cụ phược phiền não, vị năng viễn ly chư phàm phu sự, nhi năng thị hiện đại Bồ-đề đạo. Diên ư nhất nhật, dĩ vi bá kiếp, bá kiếp diệc năng xúc vi nhất nhật, linh bỉ chúng sanh hoan hỷ tín phục.

"Thiện nam tử! Thị Thiện nam tử, thiện nữ nhân tỷ như long tử thủy sanh thất nhật, tức năng hưng vân, diệc năng giáng vũ.

"Thiện nam tử! Thị danh thị kinh đệ ngũ công đức bất tư nghị lực.

"Thiện nam tử! Đệ lục, thị kinh bất khả tư nghị công đức lực giả, nhược Thiện nam tử, thiện nữ nhân, nhược Phật tại thế, nhược diệt độ hậu, thọ trì, đọc tụng thị kinh điển giả, tuy cụ phiền não, nhi vị chúng sanh thuyết pháp, linh viễn ly phiền não sanh tử, đoạn nhất thiết khổ. Chúng sanh văn dĩ, tu hành đắc pháp, đắc quả, đắc đạo, dữ Phật Như Lai đẳng vô sai biệt.

"Tỷ như vương tử, tuy phục trĩ tiểu, nhược vương tuần du cập dĩ tật bệnh, ủy thị vương tử lãnh lý quốc sự. Vương tử thị thời y đại vương mạng, như pháp giáo lệnh quần liêu bá quan, tuyên lưu chánh hóa. Quốc độ nhân dân, các tùy kỳ an như đại vương trị, đẳng vô hữu dị.

"Trì kinh thiện nam tử, thiện nữ nhân diệc phục như thị. Nhược Phật tại thế, nhược diệt độ hậu, thị thiện nam tử tuy vị đắc trụ Sơ bất động địa, y Phật như thị sở dụng thuyết giáo nhi phu diễn chi. Chúng sanh văn dĩ, nhất tâm tu hành, đoạn trừ phiền não, đắc pháp, đắc quả, nãi chí đắc đạo.

"Thiện nam tử! Thị danh thị kinh đệ lục công đức bất tư nghị lực.

"Thiện nam tử! Đệ thất, thị kinh bất khả tư nghị công đức lực giả, nhược thiện nam tử, thiện nữ nhân, nhược Phật tại thế, nhược Phật diệt hậu, đắc văn thị kinh, hoan hỷ tín lạc, sanh hy hữu tâm, thọ trì, đọc tụng, thơ tả, giải thuyết, như pháp tu hành, phát Bồ-đề tâm, khởi chư thiện căn, hưng đại bi ý, dục độ nhất thiết khổ não chúng sanh. Vị đắc tu hành lục Ba-la-mật, lục Ba-la-mật tự nhiên tại tiền. Tức ư thị thân, đắc Vô sanh pháp nhẫn. Sanh tử phiền não nhất thời đoạn hoại, thăng Đệ thất địa đại Bồ Tát vị. Tỷ như kiện nhân vị vương trừ oán. Oán ký diệt dĩ, vương đại hoan hỷ, thưởng tứ bán quốc chi phong tất dĩ dữ chi.

"Trì kinh nam tử, nữ nhân diệc phục như thị. Ư chư hành nhân tối vi dũng kiện, Lục độ pháp bảo bất cầu tự chí. Sanh tử oán địch tự nhiên tán hoại, chứng Vô sanh nhẫn. Bán Phật quốc bảo, phong thưởng an lạc.

"Thiện nam tử! Thị danh thị kinh đệ thất công đức bất tư nghị lực.

"Thiện nam tử! Đệ bát, thị kinh bất khả tư nghị công đức lực giả, nhược thiện nam tử, thiện nữ nhân, nhược Phật tại thế, nhược diệt độ hậu, hữu nhân năng đắc thị kinh điển giả, kính tín như thị Phật thân, linh đẳng vô dị, ái nhạo thị kinh, thọ trì, độc tụng, thơ tả, đảnh đới, như pháp phụng hành, kiên cố giới, nhẫn, kiêm hành Đàn độ, thâm phát từ bi, dĩ thử Vô thượng Đại thừa Vô Lượng Nghĩa Kinh quảng vị nhân thuyết. Nhược nhân tiên lai, đô bất tín hữu tội phước giả, dĩ thị kinh thị chi, thiết chủng

chủng phương tiện, cường hóa linh tín. Dĩ kinh oai lực cố, linh kỳ nhân tâm hốt nhiên đắc hồi. Tín tâm ký phát, dũng mãnh tinh tấn cố, năng đắc thị kinh oai đức thế lực, đắc đạo, đắc quả.

"Thị cố thiện nam tử, thiện nữ nhân dĩ mông hóa công cố, nam tử, nữ nhân tức ư thị thân, đắc Vô sanh pháp nhẫn, đắc chí Thượng địa, dữ chư Bồ Tát dĩ vi quyến thuộc, tốc năng thành tựu chúng sanh, tịnh Phật quốc độ. Bất cửu đắc thành vô thượng Bồ-đề.

"Thiện nam tử! Thị danh thị kinh đệ bát công đức bất tư nghị lực.

"Thiện nam tử! Đệ cửu, thị kinh bất khả tư nghị công đức lực giả, nhược thiện nam tử, thiện nữ nhân nhược Phật tại thế, nhược diệt độ hậu, hữu đắc thị kinh, hoan hỷ dũng dược, đắc vị tằng hữu, thọ trì, độc tụng, thơ tả, cúng dường, quảng vị chúng nhân phân biệt giải thuyết thị kinh nghĩa giả, tức đắc túc nghiệp dư chúng trọng chướng nhất thời diệt tận, tiện đắc thanh tịnh, đãi đắc đại biện, thứ đệ trang nghiêm chư Ba-la-mật, hoạch chư Tam-muội, Thủ-lăng-nghiêm Tam-muội, nhập đại tổng trì môn, cần tinh tấn lực, tốc đắc việt Thượng địa, thiện năng phân thân tán thể, biến thập phương quốc độ, bạt tế nhất thiết nhị thập ngũ hữu, cực khổ chúng sanh, tất linh giải thoát. Thị cố thị kinh hữu như thử lực.

"Thiện nam tử! Thị danh thị kinh đệ cửu công đức bất tư nghị lực.

"Thiện nam tử! Đệ thập, thị kinh bất khả tư nghị công đức lực giả, nhược thiện nam tử, thiện nữ nhân, nhược Phật tại thế, nhược diệt độ hậu, nhược đắc thị kinh, phát đại hoan hỷ, sanh hy hữu tâm, tức tự thọ trì, độc, tụng, thơ tả, cúng dường, như thuyết tu hành.

"Phục năng quảng khuyến tại gia, xuất gia nhân thọ trì, độc tụng, thơ tả, cúng dường, giải thuyết, như pháp tu hành; ký linh dư nhân tu hành thị kinh lực cố, đắc đạo, đắc quả, giai do thị thiện nam tử, thiện nữ nhân từ tâm khuyến hóa lực cố.

"Thị thiện nam tử, thiện nữ nhân tức ư thị thân tiện đãi vô lượng chư đà-la-ni môn. Ư phàm phu địa, tự nhiên sơ thời năng phát vô số a-tăng-kỳ hoẳng thệ đại nguyện, thâm năng phát cứu nhất thiết chúng sanh, thành tựu đại bi, quảng năng bạt khổ, hậu tập thiện căn, nhiêu ích nhất thiết, nhi diễn pháp trạch, hồng nhuận khô hạc. Dĩ chúng pháp dược, luyện chư chúng sanh, an lạc nhất thiết. Tiệm kiến siêu đăng trụ Pháp vân địa, ân trạch phổ nhuận, từ bị vô ngoại, nhiếp khổ chúng sanh, linh nhập đạo tích. Thị cố thử nhân bất cửu đắc thành A-nậu-đa-la Tam-miệu Tam-bồ-đề.

"Thiện nam tử! Thị danh thị kinh đệ thập công đức bất tư nghị lực.

"Thiện nam tử! Như thị Vô thượng Đại thừa Vô Lượng Nghĩa Kinh cực hữu đại oai thần chi lực, tôn vô quá thượng, năng linh chư phàm phu giai thành thánh quả, vĩnh ly sanh tử, nhi đắc tự tại. Thị cố thử kinh danh Vô Lượng Nghĩa dã. Năng linh nhất thiết chúng sanh, ư phàm phu địa, sanh khởi chư Bồ Tát vô lượng đạo nha, linh công đức thọ uất mậu phù sơ tăng trưởng. Thị cố thử kinh hiệu Bất khả tư nghị công đức lực dã."

Ư thời Đại Trang Nghiêm Bồ Tát ma-ha-tát cập bát vạn Bồ Tát ma-ha-tát đồng thanh bạch Phật ngôn: "Thế Tôn! Như Phật sở thuyết thậm thâm vi diệu Vô thượng Đại thừa Vô Lượng Nghĩa Kinh, văn lý chân chánh, tôn vô quá thượng, tam thế chư Phật sở cộng thủ hộ, vô hữu chúng ma quần đạo đắc nhập. Bất vi nhất thiết tà kiến sanh tử chi sở hoại bại. Thị cố thử kinh nãi hữu như thị thập công đức bất tư nghị lực dã. Đại nhiêu ích vô lượng nhất thiết chúng sanh, linh nhất thiết chư Bồ Tát ma-ha-tát các đắc Vô lượng nghĩa Tam-muội, hoặc đắc bá thiên đà-la-ni môn, hoặc đắc Bồ Tát chư địa, chư nhẫn, hoặc đắc Duyên giác, A-la-hán, Tứ đạo quả chứng.

"Thế Tôn từ mẫn, khoái vị ngã đẳng, thuyết như thị pháp, linh ngã đại hoạch pháp lợi, thậm vi kỳ đặc, vị tằng hữu dã. Thế Tôn từ ân thật nan khả báo."

Tác thị ngữ dĩ, nhĩ thời tam thiên đại thiên thế giới lục chủng chấn động. Ư thượng không trung, phục vũ chủng chủng hoa, thiên ưu-bát-la hoa, bát-đàm-ma hoa, câu-vật-đầu hoa, phân-đà-ly hoa.

Hựu vũ vô số chủng chủng thiên hương, thiên y, thiên anh lạc, thiên vô giá bảo, ư thượng không trung triển chuyển lai há, cúng dường ư Phật cập chư Bồ Tát Thanh văn đại chúng thiên trù, thiên bát khí, thiên bá vị sung mãn doanh dật. Kiến sắc, văn hương tự nhiên bão túc. Thiên tràng, thiên phan, thiên hiên cái, thiên diệu nhạc cụ xứ xứ an trí, tác thiên kỹ nhạc, ca thán ư Phật.

Hựu phục lục chủng chấn động. Đông phương Hằng hà sa đẳng chư Phật thế giới diệc vũ thiên hoa, thiên hương, thiên y, thiên anh lạc, thiên vô giá bảo, thiên trù, thiên bát khí, thiên bá vị, kiến sắc, văn hương, tự nhiên bão túc. Thiên tràng, thiên phan, thiên hiên cái, thiên diệu nhạc cụ, tác thiên kỹ nhạc ca thán bỉ Phật cập bỉ Bồ Tát Thanh văn đại chúng.

Nam, tây, bắc phương, tứ duy, thượng, hạ diệc phục như thị.

(CHÁNH TÔNG PHẦN CÁNH)

Nhĩ thời, Phật cáo Đại Trang Nghiêm Bồ Tát ma-ha-tát cập bát vạn Bồ Tát ma-ha-tát ngôn: "Nhữ đẳng đương ư thử kinh, ưng thâm khởi kính tâm, như pháp tu hành, quảng hóa nhất thiết, cần tâm lưu bố, thường đương ân cần, trú dạ thủ hộ, linh chư chúng sanh, các hoạch pháp lợi.

"Nhữ đẳng chân thị đại từ đại bi, dĩ lập thần thông nguyện lực ái hộ thị kinh, vật sử băng ngưng trệ. Ư đương lai thế, tất linh quảng hành Diêm-phù-đề, linh nhất thiết chúng sanh đắc kiến văn, độc tụng, thơ tả, cúng dường. Dĩ thị chi cố, diệc tất linh nhữ đẳng tốc đắc A-nậu-đa-la Tam-miệu Tam-bồ-đề."

PHẦN DỊCH ÂM

(LƯU THÔNG PHẦN)

Thị thời, Đại Trang Nghiêm Bồ Tát ma-ha-tát dữ bát vạn Bồ Tát ma-ha-tát tức tùng tòa khởi, lai nghệ Phật sở, đầu diện lễ túc, nhiễu bá thiên táp, tức tiền hồ quỵ, đồng thanh bạch Phật ngôn: "Thế Tôn! Ngã đẳng khoái mông Thế Tôn từ mẫn, vị ngã đẳng thuyết thị thậm thâm vi diệu Vô thượng Đại thừa Vô lượng nghĩa Kinh. Kính thọ Phật sắc, ư Như Lai diệt hậu, đương quảng linh lưu bố thị kinh điển giả, phổ linh nhất thiết thọ trì, độc tụng, thơ tả, cúng dường.

"Duy nguyện Thế Tôn vật thùy ưu lự. Ngã đẳng đương dĩ nguyện lực, phổ linh nhất thiết đắc thị kinh điển oai thần phước lực."

Nhĩ thời Phật tán ngôn: "Thiện tai, thiện tai! Chư thiện nam tử!

Nhữ đẳng kim giả chân thị Phật tử, đại từ, đại bi, thâm năng bạt khổ cứu ách giả hỹ! Nhất thiết chúng sanh chi lương phước điền, quảng vị nhất thiết tác đại lương đạo. Nhất thiết chúng sanh đại y chỉ xứ. Nhất thiết chúng sanh chi đại thí chủ, thường dĩ pháp lợi, quảng thí nhất thiết."

Nhĩ thời, đại hội giai đại hoan hỷ, vị Phật tác lễ, thọ trì nhi khứ.

ĐẠI THỪA VÔ LƯỢNG NGHĨA KINH

CHUNG

(Kinh văn đến đây là hết, phần nghi thức kết thúc và hồi hướng người tụng có thể tùy chọn, hoặc thực hành theo như dưới đây.)

MA-HA BÁT-NHÃ BA-LA-MẬT-ĐA TÂM KINH

Quán Tự Tại Bồ Tát hành thâm Bát-nhã ba-la-mật-đa thời chiếu kiến ngũ uẩn giai không, độ nhất thiết khổ ách.

Xá-lợi tử! Sắc bất dị không, không bất dị sắc; sắc tức thị không, không tức thị sắc. Thọ, tưởng, hành, thức diệc phục như thị.

Xá-lợi tử! Thị chư pháp không tướng, bất sanh bất diệt, bất cấu bất tịnh, bất tăng bất giảm. Thị cố không trung vô sắc, vô thọ, tưởng, hành, thức; vô nhãn, nhĩ, tị, thiệt, thân, ý; vô sắc, thanh, hương, vị, xúc, pháp; vô nhãn giới, nãi chí vô ý thức giới; vô vô minh, diệc vô vô minh tận; nãi chí vô lão tử, diệc vô lão tử tận; vô khổ, tập, diệt, đạo; vô trí diệc vô đắc.

Dĩ vô sở đắc cố, Bồ-đề-tát-đỏa y Bát-nhã ba-la-mật-đa cố, tâm vô quái ngại, vô quái ngại cố, vô hữu khủng bố, viễn ly điên đảo mộng tưởng, cứu cánh Niết-bàn. Tam thế chư Phật y Bát-nhã ba-la-mật-đa cố, đắc A-nậu-đa-la Tam-miệu Tam-bồ-đề.

Cố tri Bát-nhã ba-la-mật-đa thị đại thần chú, thị đại minh chú, thị vô thượng chú, thị vô đẳng đẳng chú, năng trừ nhất thiết khổ, chân thật bất hư.

Cố thuyết Bát-nhã ba-la-mật-đa chú, tức thuyết chú viết:

Yết-đế, yết-đế, ba-la-yết-đế, ba-la-tăng-yết-đế, Bồ-đề tát-bà-ha. *(3 lần)*

HỒI HƯỚNG

Phúng kinh công đức thù thắng hạnh,
Vô biên thắng phước giai hồi hướng.
Phổ nguyện pháp giới chư chúng sanh,
Tốc văng vô lượng quang Phật sát.
Nguyện tiêu tam chướng, trừ phiền não,
Nguyện đắc trí tuệ chân minh liễu.
Phổ nguyện tội chướng tất tiêu trừ,
Thế thế thường hành Bồ Tát đạo.
Nguyện sanh Tây phương, Tịnh độ trung,
Cửu phẩm liên hoa vi phụ mẫu.
Hoa khai kiến Phật ngộ vô sanh,
Bất thối Bồ Tát vi bạn lữ.

Nguyện dĩ thử công đức,
Phổ cập ư nhất thiết,
Ngã đẳng dữ chúng sanh,
Giai cộng thành Phật đạo.

TAM TỰ QUY Y

Tự quy Phật, đương nguyện chúng sanh, thể giải đại đạo, phát vô thượng tâm.

(1 lạy)

Tự quy y Pháp, đương nguyện chúng sanh, thâm nhập Kinh tạng, trí tuệ như hải.

(1 lạy)

Tự quy y Tăng, đương nguyện chúng sanh, thống lý đại chúng, nhất thiết vô ngại.

(1 lạy)

PHẦN DỊCH NGHĨA

KINH ĐẠI THỪA VÔ LƯỢNG NGHĨA

(Đời Tiêu Tề, Sa-môn Thiên Trúc là Đàm-ma-già-đà-da-xá dịch)

PHẨM THỨ NHẤT

ĐỨC HẠNH

Tôi nghe như thế này: Có một lúc, đức Phật ở trong núi Kỳ-xà-quật[1] gần thành Vương Xá,[2] cùng với các vị đại tỳ-kheo[3] mười hai ngàn người, đại Bồ Tát là tám mươi

---

[1] Tiếng Phạn là Gṛdhrakūṭa, cũng đọc là Khuất-sá-bá-đà, Hán dịch là Thứu sơn, Linh sơn, hay Linh Thứu sơn. Núi này nằm gần kinh thành Vương Xá.

[2] Tiếng Phạn là Rājagaha, phiên âm là La-duyệt, Hán dịch là Vương Xá. Thành này là kinh đô nước Ma-kiệt-đà (Magadha), do vua Tần-bà-sa-la (Bimbisāra) trị vì.

[3] Tỳ-kheo (Bhikṣu) là người đàn ông xuất gia, đã thọ Cụ túc giới. Tỳ-kheo có ba nghĩa: 1. Khất sĩ: vị tu sĩ đi khất thực, cầu pháp; 2. Bố ma: người tu hành thanh tịnh, khiến cho tà ma phải sợ sệt; 3. Phá ác: người tu hành dẹp trừ các điều ác, các phiền não.

ngàn người. Chư thiên, rồng,[1] dạ-xoa, càn-thát-bà, a-tu-la, ca-lầu-la, khẩn-na-la, ma-hầu-la-già, chư tỳ-kheo, tỳ-kheo ni, ưu-bà-tắc, ưu-bà-di cùng hội đủ. Các vị vua đại chuyển luân, tiểu chuyển luân, kim luân, ngân luân, các luân vương khác,[2] quốc vương, vương tử, quan, dân, sĩ thứ, nữ sĩ, đại trưởng giả trong nước, mỗi người đều có quyến thuộc đi theo đến số trăm ngàn vạn, cùng đến chỗ Phật, cúi đầu và mặt làm lễ dưới chân Phật, đi quanh Phật cả trăm ngàn vòng,[3] đốt hương rải hoa cúng dường đủ

---

[1] Tiếng Phạn là Na-già (Nāga), loài rồng. Rồng chúa gọi là Long vương, ở nơi cung điện gọi là Long cung. Đây là một bộ trong tám bộ chúng sanh (Thiên long bát bộ) thường tụ họp nơi Pháp hội để nghe Phật thuyết pháp.

[2] Vào thời ấy quyền lực của vua chúa được biểu hiện bằng biểu tượng bánh xe quý. Vua Chuyển luân là vị vua thống nhiếp các chư hầu, có bánh xe lớn bằng thất bảo quý nhất. Các vua nhỏ hơn tùy theo quyền lực biểu hiện bằng các bánh xe vàng, bánh xe bạc... đều gọi chung là Luân vương, là những vị vua được chính thức công nhận.

[3] Đi quanh Phật: là nghi lễ để bày tỏ sự tôn kính, cũng gọi nghi thức này là "hành đạo".

món... Cúng dường xong, tất cả đều lui lại ngồi sang một bên.

Trong hàng Bồ Tát có các vị: Pháp vương tử Văn-thù-sư-lợi, Pháp vương tử Đại Oai Đức Tạng, Pháp vương tử Vô Ưu Tạng, Pháp vương tử Đại Biện Tạng, Bồ Tát Di-lặc, Bồ Tát Đạo Thủ, Bồ Tát Dược Vương, Bồ Tát Dược Thượng, Bồ Tát Hoa Tràng, Bồ Tát Hoa Quang, Bồ Tát Đà-la-ni Tự Tại Vương, Bồ Tát Thường Tinh Tấn, Bồ Tát Bảo Ấn Thủ, Bồ Tát Bảo Tích, Bồ Tát Bảo Trượng, Bồ Tát Việt Tam Giới, Bồ Tát Tỳ-ma-bạt-la, Bồ Tát Hương Tượng, Bồ Tát Đại Hương Tượng, Bồ Tát Sư Tử Hống Vương, Bồ Tát Sư Tử Du Hý Thế, Bồ Tát Sư Tử Phấn Tấn, Bồ Tát Sư Tử Tinh Tấn, Bồ Tát Dõng Nhuệ Lực, Bồ Tát Sư Tử Oai Mãnh Phục, Bồ Tát Trang Nghiêm, Bồ Tát Đại Trang Nghiêm.

Các vị đại Bồ Tát như vậy là tám mươi ngàn người cùng đến hội.

Chư Bồ Tát này đều là các vị Pháp thân Đại sĩ,¹ thành tựu Giới, Định, Tuệ, Giải thoát, Giải thoát Tri kiến. Tâm ý thiền tịch, thường ở trong Tam-muội, điềm an đạm bạc, không còn hành vi tạo tác, không chỗ tham muốn;² những tư tưởng điên đảo, rối loạn đều đã dứt sạch không còn sinh khởi lại; vắng lặng trong sạch đến chỗ huyền vi rỗng lặng; chí nguyện không lay chuyển cho đến trăm ngàn kiếp; vô lượng pháp môn đều tự thấy biết trong

---

¹ Pháp thân Đại sĩ: Pháp thân đối với sanh thân, báo thân, nhục thân. Pháp thân hợp bởi năm phần: Giới, Định, Huệ, Giải thoát, Giải thoát Tri kiến, lại có đủ bốn đức: Thường, Lạc, Ngã, Tịnh, không mắc vào các sự khổ: Sanh, Lão, Bệnh, Tử. Vị Bồ Tát đã được Pháp thân như vậy gọi là Pháp thân Đại sĩ. Đại sĩ là tiếng tôn xưng, thường dùng thay cho Bồ Tát.

² Không còn hành vi tạo tác, không chỗ tham muốn: sở hành của Bồ Tát đều tùy nơi lòng đại bi mà phát khởi, theo nhân duyên mà thị hiện, không như những hành vi tạo nghiệp của chúng sanh, lại cũng không do lòng ham muốn thúc giục.

hiện tại; đạt trí tuệ lớn, thông đạt các pháp, hiểu rõ và phân biệt tánh tướng chân thật: có không, dài ngắn... đều hiện rõ. Các ngài lại khéo biết được tánh dục của các căn; dùng phép Tổng trì,[1] tài biện thuyết không ngăn ngại;[2] khi chư Phật chuyển bánh xe Pháp,[3] các ngài có thể tùy thuận chuyển theo.[4] Trước hết, [các ngài] tưới

---

[1] Phép Tổng trì (đà-la-ni): Đà-la-ni, tiếng Phạn là Dhāraṇī, Hán dịch là Tổng trì, có nghĩa là thâu nhiếp, bao gồm hết thảy. Phép Tổng trì là nhất tâm trì tụng những câu chân ngôn, mật chú, tuy ngắn nhưng có sức thâu nhiếp ý nghĩa huyền diệu, bao quát của một pháp môn.

[2] Tài biện thuyết không ngăn ngại (Vô ngại biện tài): Có thể diễn thuyết, biện luận thông suốt mọi vấn đề mà không bị giới hạn bởi tri thức hay năng lực diễn đạt.

[3] Bánh xe pháp, tiếng Phạn là Dharmacakra, là biểu tượng chỉ cho giáo pháp mà Phật đã truyền dạy, cũng như các loại bánh xe vàng, bánh xe bạc... là biểu tượng quyền lực của vua chúa thời ấy. Chuyển Pháp luân (quay bánh xe pháp) là từ chỉ cho việc thuyết pháp, nhất là thuyết pháp lần đầu tiên của chư Phật. Như đức Phật Thích-ca thuyết pháp lần đầu tiên tại vườn Lộc, thành Ba-la-nại, được gọi là Chuyển pháp luân.

[4] Có thể tùy thuận chuyển theo (tùy thuận năng chuyển): Bồ Tát trong pháp hội nghe Phật thuyết pháp, do đã thông đạt nên cũng có thể tùy theo chỗ Phật thuyết mà làm rõ thêm cho các chúng sanh khác. Như trong kinh Dược Sư

nước pháp vi diệu làm êm lắng bụi bặm tham dục; mở cửa Niết-bàn, quạt gió giải thoát trừ bỏ phiền não nóng bức của thế gian, đặt vào nơi Pháp trong sạch mát mẽ. Kế đó, [các ngài] dạy cho [chúng sanh] pháp sâu xa là Mười hai nhân duyên[1] để dập tắt ngọn lửa vô minh, già, bệnh, chết, đang thiêu đốt; gom bày hết các nỗi khổ dưới ánh sáng mặt trời [trí tuệ], rồi mới tưới mưa pháp Vô thượng Đại thừa, thấm nhuần hết

---

chẳng hạn, khi Phật thuyết về công đức bổn nguyện của đức Dược Sư Lưu Ly Quang Như Lai thì Bồ Tát Cứu Thoát cũng tùy theo chỗ thuyết của Phật mà thuyết giảng rõ hơn trước chúng hội. Hoặc như trong kinh Duy-ma-cật, hầu hết các phẩm đều do Bồ Tát Duy-ma-cật thuyết ra.

[1] Mười hai nhân duyên (Thập nhị nhân duyên): giáo lý căn bản của Duyên giác thừa, chỉ rõ vòng sanh khởi tương tác của tất cả các pháp trong thế gian. Vòng tròn khép kín này gồm có 12 mắt xích, không có điểm khởi đầu và kết thúc. Đó là: 1. Vô minh, 2. Hành, 3. Thức, 4. Danh sắc, 5. Lục nhập, 6. Xúc, 7. Thọ, 8. Ái, 9. Thủ, 10. Hữu, 11. Sanh, 12. Lão bệnh tử. Quán xét rõ 12 nhân duyên này thì nhận ra bản chất của hết thảy sự việc, phá tan chấp ngã. Từ đó đoạn dứt được những nguyên nhân sanh khởi mà thoát ra khỏi vòng sanh tử. Theo giáo lý này đến rốt ráo thì chứng quả Bích-chi Phật, còn gọi là Duyên giác Phật hay Độc giác Phật.

PHẦN DỊCH NGHĨA

thảy những chúng sanh có thiện căn. Các ngài gieo hạt giống lành trên ruộng công đức, khiến cho nảy mầm Bồ-đề. Trí tuệ các ngài chói sáng như mặt trời, mặt trăng; phương tiện linh hoạt biến chuyển như thời tiết, cùng giúp cho tăng trưởng sự nghiệp Đại thừa, khiến cho nhiều người được mau chóng thành quả Phật.[1]

Các ngài thường trụ nơi chỗ khoái lạc vi diệu chân thật, đem lòng đại bi vô lượng[2] cứu khổ cho chúng sanh. Đối với chúng sanh, các ngài là thiện tri thức chân chánh, là ruộng phước tốt đẹp rộng lớn, là bậc thầy [dạy dỗ] không đợi cầu thỉnh, là nơi nương cậy an ổn,

---

[1] Bản Hán văn dùng "A-nậu-đa-la Tam-miệu Tam-bồ-đề", tiếng Phạn là Anuttarā-saṃyak-saṃbodhi, Hán dịch là Vô thượng Chánh đẳng Chánh giác, tức là quả Phật Thế Tôn.

[2] Lòng đại bi vô lượng. Vô lượng Đại bi là một trong Tứ vô lượng: Vô lượng Đại từ, Vô lượng Đại bi, Vô lượng Đại hỷ, Vô lượng Đại xả. Riêng Vô lượng Đại bi là chí nguyện bao la, quyết cứu khổ cho tất cả chúng sanh.

khoái lạc để chúng sanh theo về được chở che, giúp đỡ. Ở khắp mọi nơi, các ngài vì chúng sanh mà làm bậc thầy dạy đạo cao cả, dẫn dắt đưa về nẻo chánh. Các ngài thường làm mắt sáng cho người mù, làm tai nghe cho người điếc. Những người nào thiếu khuyết các căn[1] hoặc bị hư hoại, các ngài đều khiến cho được lành lặn, đầy đủ. [Các ngài] vì kẻ điên cuồng, hoang loạn mà khiến cho vào sâu trong chánh niệm. Các ngài làm người đưa thuyền lớn, chuyên chở chúng sanh qua sông sanh tử, đến bờ Niết-bàn. Các ngài làm thầy thuốc giỏi, phân biệt rõ triệu chứng bệnh, hiểu rành tánh chất của thuốc, tùy bệnh mà cho khiến người bệnh vui lòng dùng thuốc. Các ngài làm bậc dạy dỗ điều phục, không có

---

[1] Các căn: Tức là lục căn, gồm có mắt, tai, mũi, lưỡi, thân và ý.

những nết phóng túng buông thả, như người khéo dạy voi ngựa, có thể điều phục tất cả. Các ngài như sư tử dũng mãnh, oai lực làm cho muôn thú đều phục tùng, khó lòng ngỗ nghịch. Các ngài dạo chơi trong pháp ba-la-mật của hàng Bồ Tát, đối với địa vị Như Lai lập chí kiên cố không lay chuyển, trụ yên nơi nguyện lực, làm trong sạch khắp cõi Phật, không bao lâu nữa sẽ thành tựu quả Phật. Các vị đại Bồ Tát ấy đều có đủ các đức chẳng thể nghĩ bàn như vậy.

Trong hàng tỳ-kheo có các vị: Đại trí Xá-lợi-phất, Thần thông Mục-kiền-liên, Huệ Mạng Tu-bồ-đề, Ma-ha Ca-chiên-diên, Phú-lâu-na Di-đa-la-ni tử, nhóm các ông A-nhã Kiều-trần-như, Thiên nhãn A-na-luật, Trì luật Ưu-ba-ly, Thị giả A-nan, Phật tử La-vân, Ưu-ba-nan-đà, Ly-bà-đa, Kiếp-tân-na, Bạc-câu-la, A-châu-đà, Tá-già-đà, Đầu đà Đại Ca-diếp, Ưu-lâu-tần-loa Ca-diếp, Già-da Ca-diếp, Na-đề Ca-diếp và các vị đệ tử...[1] Cả thảy mười hai ngàn người, đều là bậc A-la-hán đã dứt hết các mối phiền não trói buộc, chẳng bao giờ bị ràng buộc trở lại, thật sự được giải thoát.

Lúc ấy, Đại Bồ Tát Đại Trang Nghiêm quán sát khắp chúng hội, biết rõ tâm ý của mỗi vị, liền cùng với tám mươi ngàn vị đại Bồ Tát đứng dậy tiến đến chỗ Phật, cúi đầu làm lễ dưới chân Phật, đi quanh Phật cả trăm ngàn vòng, rồi đốt hương trời, rải hoa trời cúng dường. Lại có những y phục, chuỗi

---

[1] Khi ba anh em các ông Ưu-lầu-tần-loa Ca-diếp, Già-da Ca-diếp và Na-đề Ca-diếp về quy y theo Phật, họ đều dẫn theo chúng đệ tử của mình mà cùng xuất gia theo Phật, cả thảy đến ngàn người.

ngọc, châu báu vô giá của cõi trời, từ trên không trung dần dần hiện xuống, bao quanh bốn phía cúng dường Phật. Lại có những món ăn đủ trăm mùi vị được nấu ở nhà bếp cõi trời, đựng trong các chén bát cõi trời, hiện ra đầy đủ, dư dật. Chỉ cần nhìn và ngửi các món ăn ấy tự nhiên đã thấy no đủ rồi. Các loại cờ xí, lọng phướn, nhạc cụ vi diệu trên cõi trời được bày biện ra khắp nơi, trổi lên âm nhạc cõi trời để cúng dường làm vui Phật.[1] Liền đó, các vị Bồ Tát đều quỳ xuống, một lòng chắp tay cùng nhau đọc kệ tán thán Phật. Kệ rằng:

"Lớn thay! Bậc giác ngộ, Thánh chủ!

Dứt sạch cấu nhiễm, không sở trước.

---

[1] Nên hiểu đây là tấm lòng cung kính của kẻ cúng dường. Thật ra đức Thế Tôn chẳng phải vui vì những cách giúp vui như vậy. Ngài tự có niềm vui giải thoát bất tận của bậc giác ngộ.

Bậc thầy điều phục khắp trời người,

Đạo đức như hương xông khắp chốn.

Trí tuệ, tình cảm đều ngưng lắng,

Ý diệt, thức quên, tâm tịch tĩnh.

Vĩnh viễn dứt trừ tưởng hư vọng,

Không còn các đại, ấm, giới, nhập.[1]

Thân ấy chẳng có cũng chẳng không,

---

[1] Đại, ấm, giới, nhập: Đại là Tứ đại, bốn chất lớn, hợp thành hết thảy vật chất, kể cả thân thể con người. Đó là đất (tượng trưng cho sự rắn chắc), nước (tượng trưng cho sự ẩm ướt), gió (tượng trưng cho sự chuyển động), lửa (tượng trưng cho sức nóng). Theo quan niệm thời xưa, bốn yếu tố này tạo thành hết thảy vạn vật trong vũ trụ. Ấm là Ngũ ấm, hay Ngũ uẩn, năm uẩn, hợp thành thân mạng chúng sanh. Đó là sắc, thọ, tưởng, hành, thức. Giới là Thập bát giới, mười tám giới, gồm 6 căn (mắt, tai, mũi, lưỡi, thân, ý) hợp với sáu trần (hình sắc, âm thanh, hương thơm, mùi vị, cảm xúc, các pháp) và sáu thức (nhãn thức, nhĩ thức, tỷ thức, thiệt thức, thân thức, ý thức). Nhập là Thập nhị nhập, mười hai điều tương quan, tác động lẫn nhau. Gồm có 6 căn (mắt, tai, mũi, lưỡi, thân, ý) nhập với sáu trần (hình sắc, âm thanh, hương thơm, mùi vị, cảm xúc, các pháp), 6 trần nhập với sáu căn, tạo thành 12 nhập.

PHẦN DỊCH NGHĨA

Chẳng phải nhân duyên, chẳng đây kia,
Chẳng vuông chẳng tròn, chẳng dài ngắn,
Chẳng hiện, chẳng mất, chẳng sanh diệt.
Cũng chẳng tạo tác, chẳng sanh khởi,
Chẳng ngồi, chẳng nằm, chẳng đi đứng,
Chẳng động, chẳng chuyển, chẳng giữ yên,
Chẳng tới chẳng lui, chẳng an nguy.
Chẳng đúng, chẳng sai, chẳng được mất,
Chẳng đây, chẳng đó, chẳng đến đi.
Cũng chẳng xanh vàng, chẳng đỏ trắng,
Chẳng hồng, chẳng tía, mọi màu sắc.

> Sanh Giới, Định, Tuệ, Giải, Tri kiến.¹
> Được Tam minh, Lục thông, Đạo phẩm.²
> Khởi Từ bi, Thập lực, Vô úy,³

---

¹ Tức là Giới, Định, Tuệ, Giải thoát và Giải thoát tri kiến, năm phần Pháp thân.

² Tam minh, Lục thông, Đạo phẩm:
Tam minh là ba trí sáng suốt của bậc giải thoát: 1. Túc mạng minh: biết những đời trước của người và của mình luân chuyển như thế nào. 2. Thiên nhãn minh: Thấy biết khắp nơi trong vô lượng cõi thế giới không ngăn ngại, 3. Lậu tận minh: Biết những cảnh khổ, nguyên nhân của khổ và do đó diệt hết tất cả phiền não. Lục thông là 6 phép thần thông: 1. Thiên nhãn thông, 2.Thiên nhĩ thông, 3. Túc mạng thông, 4. Tha tâm thông, 5. Thần túc thông, 6. Lậu tân thông. Đạo phẩm, hay Tam thập thất đạo phẩm: là 37 phẩm đạo, hợp thành quả Bồ đề, gồm có: Tứ niệm xứ, Tứ chánh cần, Tứ như ý túc, Ngũ căn, Ngũ lực, Thất giác chi, Bát chánh đạo.

³ Từ bi, Thập lực, Vô úy: Từ, tiếng Phạn là Maitrī, là lòng thương tất cả chúng sanh, sẵn lòng giúp cho được vui sướng, lợi ích. Bi, tiếng Phạn là Karuṇā, là lòng thương xót, cảm thông đối với những đau khổ của chúng sanh, muốn giải thoát cho họ khỏi sự đau khổ ấy. Đây là hai trong số bốn Vô lượng tâm là Từ, Bi, Hỷ, Xả. Thập lực, tiếng Phạn là Daśabala, hay Thập trí lực, mười sức mạnh trí tuệ của Phật: 1. Tri thị xứ phi xứ trí lực, 2. Tri tam thế nghiệp báo trí lực, 3. Tri chư thiền giải thoát tam muội trí lực, 4. Tri chúng sanh tâm tánh trí lực, 5. Tri chủng chủng giải trí lực. 6. Tri chủng chủng giới trí lực, 7. Tri nhất thiết sở đạo trí lực, 8. Tri thiên nhãn vô ngại trí lực, 9. Tri túc mạng vô lậu trí lực, 10. Tri vĩnh đoạn tập khí trí lực. Vô úy, tiếng Phạn là Abhaya, không sợ hãi. Chư Phật được sự không sợ hãi vì các ngài đã diệt trừ tận gốc rễ mọi nguyên nhân dẫn đến sự sợ hãi.

PHẦN DỊCH NGHĨA

Hiện ra theo nghiệp lành chúng sanh,

Thân cao lớn sắc vàng chói sáng,

Nghiêm trang tề chỉnh chiếu diệu hình.

Đầu tỏa ánh dương, mày như nguyệt,[1]

Tóc xoáy xám xanh, đảnh nhục kế.[2]

Mắt sáng như gương, chiếu trên dưới,

Mi, mày dài đẹp, miệng vuông vắn.

Môi, lưỡi đỏ tươi như trái chín,

---

[1] Đầu tỏa ánh dương, mày như nguyệt: Đây nói về hai tướng tốt của Phật. Đứng từ phía trước mà chiêm ngưỡng Phật, thì thấy trên đầu ngài, nơi sau ót, tỏa lên một vòng hào quang sáng như ánh mặt trời. Còn nơi hai chân mày gặp nhau ở giữa trán có một xoáy lông trắng (bạch hào) xoay theo chiều qua bên phải, từ nơi đó tỏa ra ánh hào quang như ánh trăng.

[2] Đảnh nhục kế, tiếng Phạn là Uṣṇīṣa (Ô-sắc-ni-sa), cũng là một trong 32 tướng tốt của Phật. Đó là chỗ nổi cao trên đỉnh đầu của Phật.

Răng trắng như ngọc, đủ bốn mươi.[1]

Trán rộng, mũi cao, khuôn mặt lớn,

Ngực hiện chữ vạn, ức sư tử,

Tay chân mềm mại, đủ luân tướng,[2]

Hai nách đầy đặn, tay uyển chuyển.[3]

Cánh tay dài đẹp, ngón thon nhỏ.[4]

Da mềm, lông xoay về bên phải.[5]

Mắt cá, đầu gối chẳng lộ xương,

Dương vật tự ẩn không dễ thấy,[6]

---

[1] Hàm răng của Phật trắng đều và có đến bốn mươi chiếc. Đây là một trong các tướng tốt người thường không có được.

[2] Tướng tốt ở lòng bàn chân Phật gọi là Thiên phúc, hay Thiên phúc luân. Những đường chỉ dưới lòng bàn chân xoáy tròn, nhìn vào giống như hình bánh xe có cả ngàn cái nan hoa, nên gọi là Thiên phúc luân.

[3] Hai bàn tay Phật, bên trái, bên phải đều cầm nắm được linh hoạt, uyển chuyển như nhau.

[4] Ngón tay của Phật thon dài, đầu nhỏ lại như búp măng.

[5] Các lỗ chân lông của Phật đều có lông mọc đều đặn, xoáy về hướng bên phải, gọi là tướng mao hữu triền.

[6] Tướng này của Phật gọi là âm tàng tướng, tức là bộ phận sinh dục ẩn kín, dù cởi bỏ y phục cũng không nhìn thấy.

PHẦN DỊCH NGHĨA

Gân nhỏ bao xương, chân sơn dương,
Sáng suốt trong ngoài, sạch không bợn,
Như nước sạch trong chẳng bụi trần.
Đủ ba mươi hai tướng như thế.
Tám mươi vẻ đẹp như hiện rõ,
Nhưng thật không tướng, ngoài sắc tướng.
Mỗi mỗi tướng hiện đều tuyệt hảo,
Là tướng vô tướng, thân hiện tướng,
Chúng sanh có tướng nên tùy hiện,
Khiến cho chúng sanh hoan hỷ lễ.
Tâm thành, cung kính, ân cần lễ,
Nhân đó trừ tự cao, ngã mạn,
Được sắc thân tốt đẹp như vậy.

Chúng con nay đủ tám vạn người,
Cùng nhau đảnh lễ về nương theo.
Bậc khéo dứt tưởng, tâm, ý, thức,
Bậc thánh Vô trước giỏi điều phục.
Đảnh lễ nương theo Pháp sắc thân,
Gồm Giới, Định, Huệ, Giải, Tri kiến.[1]
Đảnh lễ nương theo Muôn tướng tốt,[2]
Đảnh lễ nương theo Khó nghĩ bàn.[3]

---

[1] Pháp sắc thân hay Pháp thân bao gồm năm phần là Giới, Định, Huệ, Giải thoát, Giải thoát tri kiến.

[2] Muôn tướng tốt (Diệu chủng tướng): Thân Phật do vô lượng pháp lành hội tụ nên có đủ vô lượng tướng tốt, dù nói là 32 tướng tốt, 80 vẻ đẹp, nhưng thật cũng không thể nói hết. Vì vậy nên tôn xưng Phật là Muôn tướng tốt.

[3] Khó nghĩ bàn (Nan tư nghị): Hành tướng chư Phật dù là bậc Bồ Tát Thập địa cũng không thể hiểu hết trọn vẹn, chỉ có Phật với Phật mới có thể trọn hiểu. Vì vậy nên tôn xưng Phật là Khó nghĩ bàn.

PHẦN DỊCH NGHĨA

Phạm âm[1] như sấm vọng tám loại,[2]
Vi diệu, trong sạch, rất sâu xa.
Tứ đế, Lục độ, Thập nhị duyên,[3]

---

[1] Phạm thanh tướng, tiếng Phạn là Brahma-svara, nghĩa là Phật có giọng nói như Phạm thiên vương (Phạm âm), vua cõi trời. Giọng nói của Phạm thiên vương có năm tính chất: 1. Nghe vang dội như tiếng sấm, 2. Tiếng thanh cao vọng rất xa, khiến người nghe vui vẻ, sung sướng. 3. Khiến người nghe kính mến. 4. Giảng giải đạo lý ngắn gọn, dễ hiểu, 5. Người nghe không thấy chán.

[2] Vọng tám loại (hưởng bát chủng): Âm thanh Phật nói ra tùy căn cơ của chúng sanh mà tiếp nhận, đủ cả tám loại âm thanh (Bát chủng thanh). Tám loại âm thanh ấy là: 1. Âm thanh do loài hữu tình phát ra, thành ngôn ngữ, ví dụ như tiếng nói loài người. 2. Âm thanh do loài hữu tình phát ra, nhưng không phải ngôn ngữ, ví dụ như tiếng người vỗ tay. 3. Âm thanh do loài vô tình phát ra, nhưng có ý nghĩa như ngôn ngữ, ví dụ như những âm thanh do Phật dùng thần thông tạo ra để giáo hóa chúng sanh. 4. Âm thanh do loài vô tình tạo ra, không phải ngôn ngữ, ví dụ như tiếng suối chảy róc rách. Bốn loại âm thanh này, mỗi loại đều lại chia làm hai loại nữa là âm thanh vừa ý (khả ý) và âm thanh chẳng vừa ý (bất khả ý), như vậy tạo thành 8 loại.

[3] Tứ đế, Lục độ, Thập nhị duyên: Những giáo pháp căn bản của các thừa khác nhau. Giáo pháp Tứ đế (Bốn chơn lý: Khổ, Tập, Diệt, Đạo) là của Thanh văn thừa, giúp người tu chứng bốn Thánh quả, mà quả cao nhất là A-la-hán, giải thoát mọi phiền não, sanh tử. Giáo pháp Thập nhị duyên hay Thập nhị nhân duyên (xem chú giải số 13) là của Duyên giác thừa, người tu chứng đắc đến quả Phật Bích-chi, hay còn gọi là Phật Duyên giác, Phật Độc giác. Giáo pháp Lục độ hay Lục ba-la-mật (Bố thí, Trì giới, Nhẫn nhục, Tinh tấn, Thiền định, Trí tuệ) là dành cho Bồ Tát thừa, người tu các hạnh này hướng đến quả Phật Như Lai.

Tùy tâm nghiệp chúng sanh thuyết dạy.[1]
Người nghe đều được mở tâm ý,
Dứt sạch phiền não chốn sanh tử.
Hoặc nghe, đắc quả Tu-đà-hoàn,
Tư-đà, A-na, A-la-hán.[2]
Thành Duyên giác, vô lậu vô vi,
Hoặc Bồ Tát, chẳng sanh chẳng diệt.
Hoặc được vô lượng môn Tổng trì,
Đại tài biện thuyết không ngăn ngại.
Diễn thuyết kệ thâm sâu vi diệu,
Dạo chơi, tắm mát ao Pháp lành,
Hoặc bay, hoặc nhảy, hiện thần biến,

---

[1] Hết thảy các pháp do Phật thuyết ra tuy thấy dường như sai khác (Tứ đế, Thập nhị nhân duyên, Lục độ) nhưng thật ra không hề sai khác, chỉ tùy theo căn cơ của mỗi chúng sanh mà thuyết dạy khác nhau. Cuối cùng đều nhắm đến mục đích là dứt khổ, được vui.

[2] Bốn Thánh quả của Thanh văn thừa, nói đủ là Tu-đà-hoàn, Tư-đà-hàm, A-na-hàm, A-la-hán.

PHẦN DỊCH NGHĨA

Ra vào lửa, nước, thân tự do.
Như vậy, tướng Pháp luân như vậy,
Thanh tịnh vô biên khó nghĩ bàn.
Chúng con lại cùng nhau đảnh lễ,
Nương theo bánh xe Pháp chuyển rồi.
Cúi đầu nương theo tiếng Phạm âm,
Cúi đầu nương theo Pháp vô thượng.[1]
Đức Thế Tôn từ vô lượng kiếp,
Cần khổ tu tập các đức hạnh.
Vì khắp trời, người, rồng, quỷ thần,
Cùng hết thảy muôn loại chúng sanh;
Đã từng dứt bỏ điều khó bỏ,
Như tài sản, vợ, con, cõi nước...

---

[1] Bản Hán văn viết "khể thủ quy y duyên, đế, độ". Duyên là Thập nhị nhân duyên, đế là Tứ đế, độ là Lục độ; đều là các giáo pháp vô thượng của đức Thế Tôn đã thuyết, nên dịch là "Cúi đầu nương theo Pháp vô thượng".

Vì Pháp, trong ngoài đều chẳng tiếc,
Đầu, mắt, tủy, não bố thí người;
Phụng trì giới thanh tịnh chư Phật,
Cho đến bỏ mạng, chẳng hủy phạm.
Nếu kẻ cầm dao, gậy hại mình,
Mắng nhiếc, mạ nhục, chẳng hề giận.
Nhiều kiếp bỏ thân, chẳng lười nhác,
Đêm ngày nhiếp tâm tại thiền định.
Học khắp hết thảy các đạo pháp,
Trí tuệ hiểu sâu căn chúng sanh.
Cho nên nay được sức tự tại,
Đối pháp tự tại thành Pháp vương.
Chúng con lại cùng nhau đảnh lễ.
Nương theo Bậc tinh cần khó làm.

PHẨM THỨ NHÌ
THUYẾT PHÁP

(PHẦN CHÁNH TÔNG)

Lúc ấy, Đại Bồ Tát Đại Trang Nghiêm cùng với tám mươi ngàn vị đại Bồ Tát khác đọc kệ khen Phật như vậy rồi, cùng nhau bạch Phật: "Bạch Thế Tôn! Chúng con cả thảy tám mươi ngàn Bồ Tát, nay đối với giáo pháp của Như Lai có chỗ muốn thưa hỏi, chẳng biết Thế Tôn có rủ lòng thương mà nghe chăng?"

Phật bảo Bồ Tát Đại Trang Nghiêm và tám mươi ngàn Bồ Tát ấy: "Lành thay, lành thay! Thiện nam tử, khéo biết đúng lúc thưa hỏi, hãy cứ tùy ý. Còn chẳng bao lâu Như Lai sẽ nhập Niết-bàn. Ta sẽ khiến cho sau đó chẳng còn ai nghi ngờ gì nữa. Như [các ông] có điều muốn hỏi, ta sẽ nhân đây mà giảng giải cho."

Liền đó, Bồ Tát Đại Trang Nghiêm và tám mươi ngàn Bồ Tát đồng thanh bạch Phật rằng: "Thế Tôn! Bồ Tát muốn mau thành quả Phật nên tu hành những pháp môn nào? Những pháp môn nào có thể khiến Bồ Tát mau thành quả Phật?"

Phật bảo các vị Bồ Tát: "Thiện nam tử! Có một pháp môn có thể khiến Bồ Tát mau thành quả Phật. Nếu Bồ Tát nào học pháp môn ấy, có thể mau thành quả Phật."

"Bạch Thế Tôn! Pháp môn ấy gọi tên là gì? Ý nghĩa như thế nào? Bồ Tát phải tu hành như thế nào?"

Phật dạy: "Thiện nam tử! Pháp môn ấy gọi là Vô Lượng Nghĩa. Bồ Tát muốn tu học pháp Vô lượng nghĩa ấy, nên quán sát hết thảy các pháp: từ xưa cho đến nay tánh tướng vốn không tịch, chẳng lớn chẳng nhỏ, chẳng sanh chẳng diệt, không phải trụ, không phải động, không tiến, không lùi, giống như hư không. Chẳng hề có hai pháp, nhưng chúng sanh hư vọng chấp kể rằng: đây là cái này, đây là cái kia, thế này là được, thế này là mất... khởi lên ý nghĩ chẳng lành, tạo ra những nghiệp dữ, luân hồi trong sáu nẻo,[1] chịu mọi thứ khổ độc. Trải qua vô lượng kiếp, không thể tự ra khỏi được. Bồ Tát quán xét thật kỹ như vậy, sanh lòng thương xót, phát tâm đại từ bi, muốn cứu bạt hết thảy khổ nạn.

"Rồi lại quán sâu vào hết thảy các pháp: pháp tướng như thế này,

---

[1] Sáu nẻo (Lục thú hay Lục đạo). Chúng sanh do nghiệp lực bị xô đẩy theo sáu nẻo luân hồi là địa ngục, ngạ quỷ, súc sanh, a-tu-la, nhân loại, chư thiên).

sanh ra pháp như thế này; pháp tướng như thế này, trụ pháp như thế này; pháp tướng như thế này, biến đổi pháp như thế này; pháp tướng như thế này, hoại diệt pháp như thế này. Pháp tướng như thế này có thể sanh ác pháp; pháp tướng như thế này có thể sanh thiện pháp. Các tướng trụ, dị, diệt lại cũng như vậy. Bồ Tát quán sát bốn tướng[1] từ khởi

---

[1] Bốn tướng sanh, trụ, dị, diệt là quy luật chung cho tất cả sắc tướng. Sanh là sanh ra, phát khởi nên, do hội đủ nhân duyên mà hiện ra. Ví dụ mèo mẹ sanh ra mèo con, do hội đủ các điều kiện thụ thai, mang thai đều thuận lợi. Trụ là tùy theo nhân duyên mà tồn tại, kéo dài thọ mạng, đời sống hoặc thời gian hiện hữu trong tình trạng đúng thật với bản chất sanh ra. Như mèo con sanh ra, được nuôi dưỡng lớn lên, có đủ các tính chất của loài mèo, chẳng hạn như leo trèo, bắt chuột... Đời sống của mèo kéo dài tùy theo nghiệp lực và các điều kiện nhân duyên khác. Dị là sự biến đổi, chuyển biến do không còn hội đủ các nhân duyên tồn tại. Trong giai đoạn này sự vật tồn tại nhưng không còn duy trì được bản chất khi sanh ra, tiến dần đến diệt vong. Như mèo đã già, cơ thể suy yếu, cho dù còn sống nhưng không còn duy trì được những tính chất thông thường nữa, như không thể leo trèo, bắt chuột... Diệt là giai đoạn cuối cùng, khi mọi nhân duyên tạo thành sự vật ấy không còn, sự vật phải hủy hoại, không còn tồn tại nữa. Như mèo chết đi, thân thể hoại rữa... không còn tồn tại. Các giai đoạn này thật ra không có sự phân vạch rõ nét, rạch ròi, mà bao hàm, đan xen với nhau. Như sanh ra tức là đã có trụ, mỗi mỗi

PHẦN DỊCH NGHĨA

đầu đến cuối cùng, ắt sẽ theo đó mà hiểu biết khắp tất cả.

"Kế đó lại quán xét hết thảy các pháp: trong từng giây phút chẳng hề trụ yên, liên tục sanh ra rồi diệt đi. Lại quán xét thấy cả bốn tướng sanh, trụ, dị, diệt đều đồng thời xảy ra. Quán xét như vậy rồi, Bồ Tát hiểu rõ được căn tánh, chỗ tham muốn của từng chúng sanh. Vì tham muốn vô lượng, nên thuyết pháp vô lượng. Vì thuyết pháp vô lượng, nên nghĩa cũng vô lượng.

"Vô lượng nghĩa ấy từ một pháp sanh ra. Một pháp ấy, tức là vô tướng. Cái vô tướng như thế là chẳng có tướng nào không phải tướng. Chẳng có tướng nào không phải tướng, gọi đó là thật tướng.

---

giây phút tồn tại đều chịu sự biến đổi, đó là dị. Nếu xét kỹ trong mỗi sự vật, thì trong mỗi thời khắc đều có những yếu tố cấu thành sự vật đó bị hủy hoại đi, đó là diệt. Quán xét đúng thật về sanh, trụ, dị, diệt là hiểu thấu được bản chất của sự vật, pháp tướng.

"Bồ Tát trụ yên nơi tướng chân thật như thế rồi, có phát khởi lòng từ bi sẽ đúng thật minh bạch, chẳng hề hư vọng. Đối với chúng sanh, thật có thể cứu bạt mọi khổ nạn. Cứu bạt khổ nạn rồi, lại thuyết pháp cho nghe, khiến được thọ hưởng sự khoan khoái, vui vẻ.

"Thiện nam tử! Nếu Bồ Tát có thể theo như thế mà tu pháp môn Vô lượng nghĩa ấy, ắt sẽ mau đắc thành A-nậu-đa-la Tam-miệu Tam-bồ-đề.

"Thiện nam tử! Kinh Đại thừa Vô Lượng Nghĩa này sâu xa, cao cả hơn hết, ý nghĩa chân thật, chính đáng, tôn quý hơn hết. Ba đời[1] chư Phật đều giữ gìn, bảo hộ; chúng ma, ngoại đạo không thể xâm nhập vào. Tất cả tà kiến sanh tử không thể làm cho hư hoại được.

---

[1] Ba đời (Tam thế) là quá khứ, hiện tại và tương lai.

"Thiện nam tử! Vì vậy nên Bồ Tát muốn mau thành Vô thượng Bồ-đề, nên tu học kinh Đại thừa Vô Lượng Nghĩa thâm sâu, cao cả nhất này."

Lúc ấy, Bồ Tát Đại Trang Nghiêm lại bạch Phật rằng: "Bạch Thế Tôn! Chỗ thuyết pháp của Thế Tôn không thể nghĩ bàn. Căn tánh của chúng sanh cũng không thể nghĩ bàn. Pháp môn giải thoát lại cũng không thể nghĩ bàn. Chúng con đối với các pháp mà Phật thuyết không còn nghi nan, nhưng vì tâm tánh chúng sanh còn sanh mê hoặc, nên phải thưa hỏi lại.

"Bạch Thế Tôn! Từ khi Như Lai đắc đạo đến nay, hơn bốn mươi năm, thường vì chúng sanh diễn thuyết các pháp: Nghĩa của bốn tướng, nghĩa khổ, nghĩa không, vô thường, vô ngã, không lớn không nhỏ, không sanh không diệt; một tướng vô tướng, từ xưa đến nay pháp tánh pháp tướng vốn là rỗng không vắng lặng, chẳng đến, chẳng đi, chẳng hiện ra, chẳng biến mất. Người nghe thuyết pháp, hoặc được Noãn pháp, Đỉnh pháp, Nhẫn pháp, Thế đệ nhất pháp,[1] được quả Tu-đà-hoàn, quả Tư-đà-hàm, quả A-na-hàm, quả A-la-hán,[2] quả Bích-chi Phật,[3] hoặc phát tâm Bồ-đề,

---

[1] Noãn pháp, Đỉnh pháp, Nhẫn pháp, Thế đệ nhất pháp là 4 Thiện căn. Noãn pháp và Đỉnh pháp hợp thành Động thiện. Người mới phát lòng tin nơi kinh điển Phật thuyết, ban sơ được Noãn pháp như lửa mới nhen, cảm nhận được hơi ấm nên gọi là Noãn pháp. Tiếp đến Đỉnh pháp là cao nhất trong Động thiện, như đỉnh đầu là cao nhất trong thân thể, nên gọi là Đỉnh pháp. Nhẫn pháp và Thế đệ nhất pháp hợp thành Bất động thiện. Nhẫn pháp là pháp đầu, người được pháp này có trí tuệ vững chắc không lay động, hiểu sâu lý Tứ đế được thành đức nhẫn, nên gọi là Nhẫn pháp. Thế đệ nhất pháp là mức cao nhất trong Bất động thiện, trong 4 thiện căn, cũng là bậc cao nhất trong trí tuệ hữu lậu thế gian, nên gọi là Thế đệ nhất pháp. Vượt cao hơn mức này, người tu bắt đầu chứng đắc vô lậu trí.

[2] Tu-đà-hoàn, Tư-đà-hàm, A-na-hàm, A-la-hán là bốn Thánh quả của Thanh văn thừa.

[3] Phật Bích-chi, cũng gọi là Phật Duyên giác, Phật Độc giác: Quả Phật chứng đắc nhờ tu tập pháp Thập nhị nhân duyên, là Niết-bàn của Duyên giác thừa.

PHẦN DỊCH NGHĨA

được Đệ nhất địa, Đệ nhị địa, Đệ tam cho đến Đệ thập địa.[1] Nghĩa

---

[1] Thập địa, tiếng Phạn là Daśabhūmi, tức là 10 địa vị của hàng Bồ Tát, được tính từ Sơ địa (hay Đệ nhất địa) lên đến Thập địa. Cụ thể bao gồm:

1. Hoan hỷ địa, tiếng Phạn là Pramuditā-bhūmi: Đạt đến địa vị này, Bồ Tát được hoan hỷ trên đường tu học, phát tâm cứu độ cho tất cả chúng sinh thoát khỏi luân hồi, không còn nghĩ đến bản thân mình nữa. Bồ Tát vì thế thực hiện hạnh bố thí không cầu được phúc đức, chứng được tính vô ngã của tất cả các pháp.

2. Ly cấu địa, tiếng Phạn là Vimalā-bhūmi: Đạt đến địa vị này, Bồ Tát nghiêm trì giới luật và thực hành thiền định.

3. Phát quang địa, tiếng Phạn là Prabhākārī-bhūmi: Đạt đến địa vị này, Bồ Tát chứng được luật vô thường, tu trì tâm mình, thực hành nhẫn nhục khi gặp chướng ngại trên đường hóa độ chúng sinh. Ở địa vị này, Bồ Tát trừ được ba độc là tham, sân, si và được bốn cấp định an chỉ của bốn xứ, chứng đạt năm phần trong lục thông.

4. Diệm huệ địa, tiếng Phạn là Arciṣmatī-bhūmi: Đạt đến địa vị này, Bồ Tát trừ tuyệt hết những quan niệm sai lầm, tu tập trí tuệ và 37 pháp Bồ-đề phần.

5. Cực nan thắng địa, tiếng Phạn là Sudurjayā-bhūmi: Đạt đến địa vị này, Bồ Tát nhập định, đạt được trí tuệ, từ đó liễu ngộ được pháp Tứ diệu đế và chân như, diệt hết các mối nghi ngờ và biết phân biệt, lại tiếp tục hành trì 37 giác chi.

6. Hiện tiền địa, tiếng Phạn là Abhimukhī-bhūmi: Đạt đến địa vị này, Bồ Tát liễu ngộ tất cả pháp là vô ngã, chứng được lý mười hai nhân duyên và chuyển hóa trí phân biệt thành trí bát-nhã, nhận thức được tánh không. Bồ Tát ở địa vị này đã đạt trí tuệ Bồ-đề. Bồ Tát nhờ đó có thể nhập Niết-bàn thường trụ, nhưng vì lòng từ bi thương xót chúng sanh mà

của các pháp đã thuyết ngày trước với nghĩa được thuyết hôm nay có gì khác nhau chăng mà nói rằng: Kinh Đại thừa Vô Lượng Nghĩa sâu xa, cao cả nhất này, nếu Bồ Tát tu hành ắt mau được thành Vô thượng Bồ-đề? Việc ấy là thế nào? Nguyện đức Thế Tôn rủ lòng thương xót hết thảy chúng sanh mà phân biệt rõ, giúp cho người nghe pháp hôm nay

---

trụ lại thế gian, nhưng không bị sanh tử ràng buộc. Cảnh giới này gọi là Niết-bàn vô trụ.

7. Viễn hành địa, tiếng Phạn là Dūraṅgamā-bhūmi: Đạt đến địa vị này Bồ Tát có đầy đủ mọi khả năng, phương tiện để giáo hóa chúng sanh. Ở địa vị này, Bồ Tát có thể tùy nguyện lực hóa thân ở bất kỳ hình tướng nào.

8. Bất động địa, tiếng Phạn là Acalā-bhūmi: Đạt đến địa vị này, Bồ Tát không còn bị dao động bởi bất kỳ một cảnh ngộ nào, và đã biết chắc khi nào mình sẽ đạt quả vị Phật.

9. Thiện huệ địa, tiếng Phạn là Sādhumatī-bhūmi: Đạt đến địa vị này, Bồ Tát đạt trí tuệ viên mãn, có đủ thập lực, lục thông, bốn tự tín và tám giải thoát, thông đạt cơ sở của mọi giáo pháp và giảng dạy cho chúng sanh.

10. Pháp vân địa, tiếng Phạn là Dharmameghā-bhūmi: Đạt đến địa vị này, Bồ Tát chứng đạt nhất thiết trí, đại hạnh. Ở địa vị này, Bồ Tát có Pháp thân viên mãn, ngự trên tòa sen với vô số Bồ Tát chung quanh trên cung trời Đâu-suất. Quả vị Phật lúc này đã được chư Phật ấn chứng.

cũng như về sau không còn nghi ngờ nữa."

Liền đó, Phật bảo Bồ Tát Đại Trang Nghiêm rằng: "Lành thay, lành thay! Đại thiện nam tử, có thể thưa hỏi Như Lai về nghĩa Đại thừa thâm sâu, vi diệu, cao cả hơn hết như thế. Nên biết rằng ông có thể giúp nhiều lợi ích, an lạc cho người và chư thiên, cứu bạt khổ não cho chúng sanh. Thật là đại từ bi, có lòng tin chân thật chẳng thể hư hoại. Vì nhân duyên ấy, ông sẽ mau được thành Vô thượng Bồ-đề, lại khiến cho nhiều chúng sanh hiện tại và sau này được thành Vô thượng Bồ-đề.

"Thiện nam tử! Từ khi ta thành tựu quả vị Vô thượng Chánh đẳng Chánh giác[1] nơi đạo tràng dưới

---

[1] Bản Hán văn có thêm cụm từ "đoan tọa lục niên", xét về văn nghĩa không quan trọng lắm, nhưng có thể gây nghi vấn, vì theo nhiều kinh điển khác thì đức Phật không ngồi 6 năm

cội bồ-đề, dùng Phật nhãn[1] quán sát thấy tất cả các pháp không thể tuyên thuyết được. Vì sao vậy? Vì căn tánh, lòng tham muốn của chúng sanh chẳng đồng như nhau. Vì căn tánh và lòng tham muốn chẳng đồng nhau, nên phải dùng nhiều phương cách thuyết pháp. Hơn bốn mươi năm qua ta dùng sức phương tiện mà thuyết pháp, thật chưa nói rõ được lẽ chân thật đệ nhất. Vì thế mà chúng sanh tuy đắc đạo nhiều bậc khác nhau, nhưng chẳng được mau thành Vô thượng Bồ-đề.

"Thiện nam tử! Pháp tỷ như nước, có thể rửa sạch được sự dơ

---

dưới cội Bồ-đề, mà qua 6 năm khổ hạnh rồi mới tìm đến cội Bồ-đề thiền tọa 49 ngày, thành Chánh giác. Chúng tôi chưa hiểu được có sự sai sót như thế nào trong đoạn Hán văn này, nhưng xét thấy có thể loại bỏ cụm từ này mà không làm thay đổi ý kinh.

[1] Phật nhãn: khả năng quan sát, thấy biết của chư Phật. Đây là một trong ngũ nhãn: Nhục nhãn, Thiên nhãn, Huệ nhãn, Pháp nhãn, Phật nhãn.

nhớp. Dù là nước giếng, nước ao, nước sông, nước biển... thảy đều rửa sạch được sự dơ nhớp. Pháp cũng như vậy, có thể rửa sạch được sự dơ nhớp phiền não của chúng sanh.

"Thiện nam tử! Tánh của nước chỉ là một mà thôi, nhưng giếng, ao, sông, biển... thì khác nhau. Tánh của các pháp [môn] cũng vậy, đều rửa trừ được bụi bặm trần lao, không có khác biệt. Tuy nhiên, Tam pháp, Tứ quả, Nhị đạo[1] là khác biệt, chẳng phải một.

"Thiện nam tử! Nước ở các nơi tuy đều có thể dùng để rửa sạch, nhưng giếng chẳng phải là ao, ao chẳng phải là sông, sông chẳng phải là biển... Như Lai là bậc Thế

---

[1] Tam pháp, Tứ quả, Nhị đạo: Tam pháp là Giáo pháp, Hành pháp, Chứng pháp. Tứ quả là Tu-đà-hoàn, Tư-đà-hàm, A-na-hàm, A-la-hán. Nhị đạo là Vô ngại đạo, Giải thoát đạo.

hùng¹ tự tại đối với các pháp, thuyết diễn các pháp cũng giống như vậy. Những pháp mà ngài thuyết ra ban đầu, khoảng giữa, về sau, thảy đều có thể trừ sạch phiền não của chúng sanh. Tuy nhiên, ban đầu chẳng phải khoảng giữa, khoảng giữa chẳng phải về sau. Những pháp thuyết ra, văn từ tuy là một, nhưng vào lúc đầu, khoảng giữa, về cuối lại mang nghĩa khác nhau.

"Thiện nam tử! Ta rời khỏi cây Thọ vương² đến vườn Lộc dã³ thành Ba-la-nại, vì nhóm ông A-nhã Câu-lân⁴ năm người mà chuyển bánh

---

¹ Thế hùng: Bực hùng mạnh nhất ở thế gian.

² Thọ vương: Vua loài cây, tức là cây Bồ-đề. Tôn xưng như vậy vì đức Phật Thích-ca đắc đạo thành Phật dưới cội cây ấy.

³ Lộc dã, tiếng Phạn là Mrgadāva, khu vườn rộng ở gần thành Ba-la-nại, còn gọi là Vườn Nai vì trong vườn có rất nhiều nai.

⁴ A-nhã Câu-lân, tiếng Phạn là Ājđāta Kauṇḍinya, thường đọc là A-nhã Kiều-trần-như. Chữ A-nhã (Ājđāta) Hán dịch là Dĩ tri, Tri bổn tế hay Liễu bổn tế. Câu-lân hay Kiều-trần-như (Kauṇḍinya), Hán dịch là Hỏa khí. Nhóm của ông này có 5 người, trước cùng tu khổ hạnh với Phật. Sau, Phật bỏ không

xe pháp Tứ đế,[1] thuyết dạy rằng: 'Các pháp xưa nay vốn rỗng không vắng lặng, chuyển đổi không dừng nghỉ, niệm niệm sanh diệt.'

"Khoảng thời gian sau đó, ta thuyết pháp ở đây và khắp mọi nơi khác, vì chư tỳ-kheo và Bồ Tát mà phân biệt giảng thuyết Mười hai nhân duyên, Sáu ba-la-mật. Cũng thuyết dạy rằng: 'Các pháp xưa nay vốn rỗng không vắng lặng, chuyển đổi không dừng nghỉ, niệm niệm sanh diệt.'

"Nay ta ở đây, diễn thuyết kinh Đại thừa Vô Lượng Nghĩa. Cũng lại thuyết dạy rằng: 'Các pháp xưa nay vốn rỗng không vắng lặng, chuyển đổi không dừng nghỉ, niệm niệm sanh diệt.'

---

theo lối tu khổ hạnh, bọn ông bèn bỏ đi, đến tu ở vườn Lộc dã. Do có nhân duyên như vậy, sau khi thành đạo Phật đến thuyết pháp độ cho nhóm này trước nhất.

[1] Tứ đế: Bốn chân lý. Cũng gọi là Tứ diệu đế, Tứ thánh đế, Tứ chân đế. Tứ Đế là: Khổ đế, Tập đế, Diệt đế, Đạo đế.

"Thiện nam tử! Vậy nên sự thuyết pháp [của Như Lai] lúc ban đầu, khoảng giữa, hiện nay, văn từ tuy là một nhưng nghĩa khác nhau. Bởi nghĩa khác nhau, nên chỗ hiểu của chúng sanh cũng khác nhau. Bởi chỗ hiểu khác nhau, nên sự đắc pháp, đắc quả, đắc đạo cũng khác nhau.

"Thiện nam tử! Ban đầu ta thuyết Tứ đế với những người cầu Thanh văn,[1] nhưng có tám trăm ngàn chư thiên cũng đến nghe pháp phát tâm Bồ-đề.[2]

"Thời gian sau đó, ta giảng thuyết Mười hai nhân duyên rất

---

[1] Thanh văn: Tiếng Phạn là Shravaka (Xá-la-bà-ca), hàng đệ tử Phật nhờ nghe âm thanh thuyết pháp của Phật mà chứng ngộ, ở đây là pháp Tứ đế. Thanh văn thừa tu tập chứng đắc các quả vị Tu-đà-hoàn, Tư-đà-hàm, A-na-hàm, và cao nhất là A-la-hán. Người cầu Thanh văn là người tu tập chỉ mong được chứng đắc các quả vị của Thanh văn thừa.

[2] Phát tâm Bồ-đề: Phát nguyện tu hành mãi cho đến khi thành Phật, đắc quả Vô thượng Bồ-đề, quyết không thối chí nửa chừng.

thâm sâu với những người cầu quả Phật Bích-chi,¹ nhưng có vô lượng chúng sanh phát tâm Bồ-đề, hoặc được đắc nhập vào pháp Thanh văn.

"Về sau, ta thuyết dạy Mười hai bộ kinh Phương đẳng, Ma-ha Bát-nhã, Hoa nghiêm Hải không, nói việc Bồ Tát tu hành trải qua nhiều kiếp, nhưng có trăm ngàn tỳ-kheo, vạn ức người và chư thiên, vô lượng chúng sanh được đắc quả Tu-đà-hoàn, Tư-đà-hàm, A-na-hàm, A-la-hán, hoặc đắc nhập vào pháp nhân duyên của hàng Phật Bích-chi.

"Thiện nam tử! Vì nghĩa ấy, nên phải biết rằng sự thuyết dạy tuy giống như nhau nhưng nghĩa lại

---

¹ Phật Bích-chi, hay Bích-chi-ca Phật-đà (Tiếng Phạn là Prateyka-Bouddha). Hán dịch là Duyên giác hay Độc giác. Quả vị tu chứng nhờ quán sát lý Mười hai nhân duyên, nên gọi là Duyên giác. Đôi khi người tu tự quán sát Mười hai nhân duyên mà giác ngộ, chứng đạo vào những lúc không có Phật ra đời, nên gọi là Độc giác.

khác nhau. Bởi nghĩa khác nhau, nên chỗ hiểu của chúng sanh cũng khác nhau; sự đắc pháp, đắc quả, đắc đạo cũng khác nhau.

"Thiện nam tử! Vậy nên từ khi ta thành đạo bắt đầu thuyết pháp, cho tới ngày nay diễn thuyết kinh Đại thừa Vô Lượng Nghĩa, chưa có khi nào mà chẳng thuyết những lẽ khổ, không, vô thường, vô ngã, chẳng phải chân, chẳng phải giả, chẳng phải lớn, chẳng phải nhỏ, xưa vốn chẳng sanh, nay cũng chẳng diệt, một tướng vô tướng, pháp tánh pháp tướng chẳng đến chẳng đi; nhưng có sự chuyển đổi bốn tướng của chúng sanh.

"Thiện nam tử! Hiểu theo nghĩa ấy, chư Phật chẳng nói hai lời,[1] nhưng có thể dùng một thứ tiếng mà phổ ứng các thứ tiếng, có thể

---

[1] Chẳng nói hai lời: nghĩa là trước sau đều nhất quán, không sai khác.

dùng một thân mà chỉ ra cho thấy số thân nhiều như số cát của trăm ngàn vạn ức na-do-tha vô lượng vô số sông Hằng. Mỗi một thân ấy, đều lại chỉ ra cho thấy các loại hình khác nhau nhiều như số cát của trăm ngàn vạn ức na-do-tha a-tăng-kỳ sông Hằng. Mỗi một hình ấy, lại chỉ ra cho thấy số hình nhiều như số cát của trăm ngàn vạn ức na-do-tha a-tăng-kỳ sông Hằng.

"Thiện nam tử! Đó là cảnh giới thâm sâu không thể nghĩ bàn của chư Phật, chẳng phải chỗ mà hàng Nhị thừa[1] có thể biết được. Cho đến Bồ Tát Thập trụ[2] cũng không thấu

---

[1] Nhị thừa: Thanh văn thừa và Duyên giác thừa (hay Bích-chi Phật thừa). Thinh văn thừa là những người tu tập Tứ diệu đế. Duyên giác thừa tu tập Mười hai nhân duyên. Hai thừa ấy là phương tiện của Phật thuyết ra để tiếp độ những người căn cơ còn thấp kém, chưa thể tin nhận Đại-thừa. Vì vậy, sự giải thoát của hàng Nhị thừa thật ra chưa phải là giải thoát rốt ráo.
[2] Bồ Tát thập trụ: Tức là những vị Bồ Tát đã chứng đắc được một trong 10 địa vị từ Sơ địa đến Thập địa.

đến, chỉ có Phật với Phật mới có thể hiểu rõ.

"Thiện nam tử! Vậy nên ta nói rằng kinh Đại thừa Vô Lượng Nghĩa là vi diệu, sâu xa, cao cả hơn hết; ý nghĩa chân thật, chính đáng, tôn quý hơn hết. Ba đời chư Phật đều giữ gìn, bảo hộ; chúng ma, ngoại đạo không thể xâm nhập vào. Tất cả tà kiến sanh tử không thể làm cho hư hoại được. Nếu Bồ Tát muốn mau thành Vô thượng Bồ-đề, nên tu học kinh Đại thừa Vô lượng nghĩa, thâm sâu, cao cả hơn hết như thế này."

Phật thuyết như vậy rồi, liền đó khắp đại thiên thế giới đều chấn động sáu cách.[1] Tự nhiên trên

---

[1] Chấn động sáu cách (Lục chủng chấn động): Theo kinh Đại phẩm Bát-nhã, quyển 1, thì 6 cách chấn động này là:

1. Phương đông vọt lên, phương tây chìm xuống.
2. Phương tây vọt lên, phương đông chìm xuống.
3. Phương nam vọt lên, phương bắc chìm xuống.
4. Phương bắc vọt lên, phương nam chìm xuống.
5. Bốn phương vọt lên, ở giữa chìm xuống.

không mưa xuống đủ các loại hoa cõi trời như ưu-bát-la, bát-đàm-ma, câu-vật-đầu, phân-đà-ly.[1] Lại mưa xuống vô số các loại hương cõi trời, các loại y phục, chuỗi ngọc, châu báu vô giá trên cõi trời. Các món ấy từ trên không trung dần dần hạ xuống cúng dường Phật và chúng Bồ Tát, Thanh văn. Lại có những món ăn đủ trăm mùi vị được nấu ở nhà bếp cõi trời, đựng trong các

---

6. Ở giữa vọt lên, bốn phương chìm xuống.

Theo kinh Trường-a-hàm, quyển 2, thì sáu cách chấn động là nói sáu lần đại địa chấn động trong cuộc đời thị hiện của Phật:

1. Chấn động lúc Phật nhập vào bào thai.
2. Chấn động lúc Phật ra khỏi bào thai.
3. Chấn động lúc Phật thành đạo.
4. Chấn động lúc Phật chuyển pháp luân.
5. Chấn động lúc Phật sắp xả bỏ thân mạng.
6. Chấn động lúc Phật nhập Niết-bàn.

Lại căn cứ theo kinh Niết-bàn, thì không có chấn động lúc Phật sắp xả bỏ thân mạng, mà thêm vào chấn động lúc Phật xuất gia. Cách hiểu này hợp lý hơn vì lúc Phật sắp xả bỏ thân mạng cũng là lúc nhập Niết-bàn.

[1] Đây là bốn loại hoa sen quý hiếm: hoa ưu-bát la màu xanh, hoa câu-vật-đầu màu vàng, hoa bát-đàm-ma (hay ba-đầu-ma) màu đỏ, hoa phân-đà-ly màu trắng.

chén bát cõi trời, hiện ra đầy đủ, dư dật. Các loại cờ xí, lọng phướn, nhạc cụ vi diệu trên cõi trời được bày biện ra khắp nơi, trỗi lên âm nhạc cõi trời để ca ngợi, tán thán Phật.

Lại có chấn động sáu cách thêm lần nữa. Các thế giới chư Phật ở phương đông, nhiều như số cát sông Hằng, cũng mưa xuống những hoa, hương cõi trời, các loại y phục, chuỗi ngọc, châu báu vô giá trên cõi trời. Lại có những món ăn đủ trăm mùi vị được nấu ở nhà bếp cõi trời, đựng trong các chén bát cõi trời; các loại cờ xí, lọng phướn, nhạc cụ vi diệu trên cõi trời trỗi lên âm nhạc cõi trời để ca ngợi, tán thán chư Phật cõi ấy và chúng Bồ Tát, Thanh văn.

Ở phương nam, phương tây, phương bắc, bốn phương phụ,

phương trên, phương dưới cũng đều như vậy.¹

Bấy giờ trong chúng hội có ba mươi hai ngàn vị đại Bồ Tát liền được phép Tam-muội Vô lượng nghĩa. Hai mươi bốn ngàn vị đại Bồ Tát được vô lượng vô số môn Tổng trì, có thể chuyển bánh xe Pháp của hết thảy chư Phật ba đời, chẳng để thối lui. Các vị tỳ-kheo, tỳ-kheo ni, ưu-bà-tắc, ưu-bà-di, trời, rồng, dạ-xoa, càn-thát-bà, a-tu-la, ca-lầu-la, khẩn-na-la, Ma-hầu-la-già, vua đại chuyển luân, vua tiểu chuyển luân, các vua ngân luân, thiết luân..., quốc vương, vương tử, quan, dân, sĩ thứ, đại trưởng giả... và quyến thuộc trăm ngàn người tụ hội, nghe Phật thuyết kinh này rồi, hoặc

---

¹ Trước mô tả về phương đông, sau nói ở phương nam, phương tây, phương bắc, bốn phương phụ (tức các phương đông nam, đông bắc, tây nam và tây bắc), phương trên, phương dưới cũng đều như vậy, tức là mô tả đủ mười phương (thập phương) thế giới.

được Noãn pháp, Đỉnh pháp, Nhẫn pháp, Thế gian đệ nhất pháp; hoặc đắc quả Tu-đà-hoàn, Tư-đà-hàm, A-na-hàm, A-la-hán, Bích-chi Phật. Lại có những người được Vô sanh Pháp nhẫn của hàng Bồ Tát. Lại có những người được một môn Tổng trì, hai môn Tổng trì, ba môn Tổng trì, bốn môn Tổng trì, hoặc năm, sáu, bảy, tám, chín, mười môn Tổng trì. Lại có những người được trăm ngàn vạn ức môn Tổng trì. Lại có những người được số môn Tổng trì nhiều như số cát của vô lượng vô số a-tăng-kỳ sông Hằng; thảy đều có thể tùy thuận mà chuyển bánh xe Pháp chẳng để thối lui. Có vô lượng chúng sanh phát tâm A-nậu-đa-la Tam-miệu Tam-bồ-đề.

PHẨM THỨ BA

MƯỜI CÔNG ĐỨC

Lúc ấy, Đại Bồ Tát Đại Trang Nghiêm lại bạch Phật: "Bạch Thế Tôn! Thế Tôn thuyết kinh Đại thừa Vô Lượng Nghĩa vi diệu, thâm sâu, cao cả nhất này, thật rất thâm sâu, rất thâm sâu!

"Vì sao vậy? Trong chúng hội này, các vị đại Bồ Tát và Tứ chúng,[1] trời, rồng, quỷ thần, quốc vương, quan, dân... những chúng sanh nào nghe kinh Đại thừa Vô Lượng Nghĩa thâm sâu, cao cả nhất này, ai ai cũng được các môn Tổng trì, Tam pháp, Tứ quả, hoặc phát tâm Bồ-đề. Nên biết rằng pháp này ý nghĩa chân thật, chánh đáng, tôn

---

[1] Bốn chúng (Tứ chúng hay Tứ bộ chúng): 1. Tỳ-kheo (hàng xuất gia nam), 2. Tỳ-kheo ni, (hàng xuất gia nữ), 3. Ưu-bà-tắc (hàng tại gia nam), 4. Ưu-bà-di, (hàng tại gia nữ).

quý hơn hết. Ba đời chư Phật đều giữ gìn, bảo hộ; chúng ma, ngoại đạo không thể xâm nhập vào. Tất cả tà kiến sanh tử không thể làm cho hư hoại được. Vì sao vậy? Vì nghe được một pháp này có thể nắm hiểu tất cả các pháp. Nếu chúng sanh nào nghe được kinh này, ắt được lợi ích lớn. Vì sao vậy? Nếu biết tu hành theo kinh này, ắt được mau thành Vô thượng Bồ-đề. Chúng sanh nào chẳng nghe được kinh này, nên biết rằng đã mất đi lợi ích lớn, dù trải qua vô lượng vô biên a-tăng-kỳ kiếp không thể nghĩ bàn, cũng không bao giờ được thành Vô thượng Bồ-đề. Vì sao vậy? Vì chẳng biết con đường lớn thẳng tắt đến Bồ-đề, lại đi theo nẻo hiểm nguy, vướng nhiều tai nạn.

"Bạch Thế Tôn! Kinh điển này thật chẳng thể nghĩ bàn. Xin đức

PHẦN DỊCH NGHĨA

Thế Tôn đem lòng thương xót, diễn giải rộng với đại chúng chỗ thâm sâu chẳng thể nghĩ bàn của kinh này.

"Bạch Thế Tôn! Kinh điển này từ đâu đến, sẽ đi về đâu, trụ ở nơi nào, mà lại có được vô lượng công đức, sức mạnh chẳng thể nghĩ bàn như vậy, khiến người tu được mau thành quả Phật?"

Lúc ấy, đức Thế Tôn bảo Bồ Tát Đại Trang Nghiêm: "Lành thay, lành thay! Thiện nam tử! Đúng vậy, đúng vậy! Đúng như lời ông nói đó. Thiện nam tử! Ta thuyết kinh này rất thâm sâu, quả thật rất thâm sâu. Vì sao vậy? Vì khiến cho người tu mau thành Vô thượng Bồ-đề; vì nghe được kinh này một lần, có thể nắm hiểu được tất cả các pháp; vì có lợi ích lớn đối với chúng sanh; vì là con đường lớn thẳng tắt đến Bồ-đề, không vướng tai nạn.

"Thiện nam tử! Ông hỏi rằng kinh này từ đâu đến, sẽ đi về đâu, trụ ở nơi nào. Hãy khéo lắng nghe đây!

"Thiện nam tử! Kinh này vốn từ trong nhà ở của chư Phật mà ra; sẽ đi đến chỗ phát tâm Bồ-đề của hết thảy chúng sanh; trụ vào chỗ trụ của chư Bồ Tát.

"Thiện nam tử! Chỗ đến của kinh này là như vậy, chỗ đi là như vậy, chỗ trụ là như vậy. Cho nên kinh này có được vô lượng công đức, sức mạnh chẳng thể nghĩ bàn, khiến người tu mau thành Vô thượng Bồ-đề.

"Thiện nam tử! Kinh này lại có mười sức mạnh công đức chẳng thể nghĩ bàn, ông có muốn nghe chăng?"

Bồ Tát Đại Trang Nghiêm thưa: "Con rất vui mừng được nghe."

PHẦN DỊCH NGHĨA

Phật dạy: "Thiện nam tử! Thứ nhất là: Kinh này có thể khiến cho Bồ Tát chưa phát tâm sẽ phát tâm Bồ-đề. Có thể khiến cho người không có lòng nhân từ khởi lòng nhân từ; kẻ ưa giết hại khởi tâm đại bi; kẻ hay tật đố khởi tâm tùy hỷ; kẻ trói buộc nơi luyến ái khởi tâm xả bỏ; kẻ tham lam bủn xỉn khởi tâm bố thí; kẻ kiêu căng ngã mạn khởi tâm trì giới; kẻ hay sân nhuế khởi lòng nhẫn nhục; kẻ lười nhác khởi lòng tinh tấn; kẻ tán loạn khởi tâm thiền định; kẻ ngu si khởi tâm trí tuệ; kẻ chưa từng cứu độ người khác khởi tâm cứu độ; kẻ làm mười điều ác khởi tâm làm mười điều lành; kẻ thích hữu vi hướng đến vô vi; kẻ có lòng thối chuyển sanh tâm chẳng thối chuyển; kẻ theo hữu lậu khởi tâm vô lậu; kẻ nhiều phiền não khởi tâm trừ dứt.

"Thiện nam tử! Đó gọi là sức mạnh công đức thứ nhất chẳng thể nghĩ bàn của kinh này.

"Thiện nam tử! Sức mạnh công đức thứ hai chẳng thể nghĩ bàn của kinh này là: Nếu chúng sanh nào được nghe kinh này, dù nghe qua hết một lần, hoặc chỉ một bài kệ, cho đến chỉ một câu, ắt có thể thông đạt được trăm ngàn ức nghĩa của các pháp. Dù trải qua vô số kiếp cũng không thể diễn thuyết hết các pháp đã nắm hiểu được. Vì sao vậy? Vì pháp hiểu được từ kinh này có vô lượng nghĩa.

"Thiện nam tử! Kinh này ví như một hạt giống sanh ra trăm ngàn vạn hạt. Trong trăm ngàn vạn hạt này, mỗi hạt lại sanh ra đến số trăm, ngàn, mười ngàn. Cứ như vậy mà tăng dần cho đến vô lượng. Kinh điển này cũng vậy. Do một pháp mà sanh ra trăm, ngàn nghĩa. Trong trăm, ngàn nghĩa này mỗi nghĩa lại sanh ra đến số trăm, ngàn, mười ngàn. Cứ như vậy mà tăng dần cho đến vô lượng, vô biên nghĩa. Vì vậy mà gọi tên kinh này là Vô Lượng Nghĩa.

"Thiện nam tử! Đó là sức mạnh công đức thứ hai chẳng thể nghĩ bàn của kinh này.

"Thiện nam tử! Sức mạnh công đức thứ ba chẳng thể nghĩ bàn của kinh này là: Nếu chúng sanh nào được nghe kinh này, dù nghe qua hết một lần, hoặc chỉ một bài kệ, cho đến chỉ một câu, thông đạt được trăm, ngàn, ức nghĩa của các pháp rồi, tuy có phiền não cũng như không phiền não; ra vào chốn sanh tử lòng không sợ sệt. Đối với chúng sanh, sanh lòng thương xót. Đối với hết thảy các pháp, sanh lòng mạnh mẽ, dũng mãnh.

"Như người lực sĩ đủ sức gánh vác những thứ nặng nề. Người trì kinh này cũng vậy, có thể nhận lấy nhiệm vụ nặng nề là Vô thượng Bồ-đề, gánh vác chúng sanh ra khỏi đường sanh tử. Tuy chưa độ thoát chính mình nhưng đã có thể độ cho kẻ khác. Cũng như người chèo thuyền, dù thân mang bệnh nặng, tay chân chẳng cử động, nằm yên nơi bờ sông bên này, nhưng đã có thuyền tốt, chắc chắn, lại đủ các dụng cụ để đưa khách, liền có thể giúp người qua bờ sông bên kia. Người trì kinh này cũng vậy. Tuy mang xác thân nằm trong Năm nẻo,[1] một trăm lẻ tám bệnh nặng[2]

---

[1] Năm nẻo (Ngũ đạo): Năm nẻo luân hồi của những chúng sanh chưa được giải thoát: trời, người, ngạ quỷ, địa ngục, súc sanh. Nói Ngũ đạo cũng như Lục đạo, duy chỉ thiếu A-tu-la mà thôi.

[2] Một trăm lẻ tám bệnh nặng (Bá bát trọng bệnh): Tức là một trăm lẻ tám phiền não của chúng sanh. Kể ra là: 88 kiến hoặc trong Ba cõi, 10 tư hoặc, 10 triền cái (Vô tàm, vô quý, hôn trầm, ác tác, não, tật, trạo cử, thụy miên, phẫn, phúc).

thường bám lấy thân, chỉ nằm yên ở bờ bên này là vô minh, già, chết; nhưng đã có thuyền tốt, chắc chắn là kinh Đại thừa Vô Lượng Nghĩa này, có thể cứu độ chúng sanh. Nếu chúng sanh theo lời thuyết dạy mà làm, ắt vượt qua được con sông sanh tử.

"Thiện nam tử! Đó là sức mạnh công đức thứ ba chẳng thể nghĩ bàn của kinh này.

"Thiện nam tử! Sức mạnh công đức thứ tư chẳng thể nghĩ bàn của kinh này là: Nếu chúng sanh nào được nghe kinh này, dù nghe qua hết một lần, hoặc chỉ một bài kệ, cho đến chỉ một câu, sẽ được tư tưởng dũng mãnh, mạnh mẽ. Tuy chưa thể tự độ thoát chính mình, nhưng có thể cứu độ cho người khác; làm quyến thuộc với chư Bồ Tát. Chư Phật Như Lai thường hướng về người trì kinh mà diễn thuyết các pháp; được nghe rồi có thể thọ trì, tùy thuận chẳng nghịch; lại vì người khác mà tùy nghi thuyết rộng.

"Thiện nam tử! Người ấy ví như vị hoàng tử mới sanh của vua và phu nhân. Dù mới sanh ra chỉ một ngày, hai ngày, cho đến bảy ngày, hoặc một tháng, hai tháng, cho đến bảy tháng, hoặc được một tuổi, hai tuổi cho đến bảy tuổi, tuy chưa thể lo liệu việc nước, nhưng đã được quan và dân tôn kính, lại thường kết giao với các vị con lớn của vua. Vua và phu nhân hết lòng chiều chuộng thương yêu, thường cùng trò chuyện. Vì sao vậy? Vì hoàng tử còn bé thơ.

"Thiện nam tử! Người trì kinh này cũng vậy. Chư Phật là vua, kinh này là phu nhân, hòa hiệp mà sanh ra Bồ Tát. Nếu Bồ Tát được nghe kinh này, dù là một câu, một bài kệ, hoặc nghe qua hết một lần, hai lần, mười lần, trăm lần, ngàn vạn, ức vạn lần, cho đến nhiều lần như số cát sông Hằng, vô lượng vô số lần, tuy chưa đạt được tột cùng chân lý, chưa thể làm chấn động đại thiên thế giới, phát tiếng Phạm âm như sấm rền mà chuyển Đại Pháp luân, nhưng đã được hết thảy Bốn chúng, Tám bộ[1] tôn trọng, kính ngưỡng. Được các vị đại Bồ Tát nhận làm quyến thuộc. Thâm nhập vào các pháp bí mật của chư Phật, chỗ diễn thuyết không lỗi lầm, không bỏ mất; thường được chư Phật hộ niệm, đem lòng từ ái chở che cho. Vì là người mới tu học.

"Thiện nam tử! Đó là sức mạnh

---

[1] Bát bộ: Tám bộ chúng sanh, đó là: 1. Thiên, 2. Long, 3. Dạ xoa, 4. Càn-thát-bà, 5. A-tu-la, 7. Khẩn-na-la, 8. Ma-hầu-la-già.

công đức thứ tư chẳng thể nghĩ bàn của kinh này.

"Thiện nam tử! Sức mạnh công đức thứ năm chẳng thể nghĩ bàn của kinh này là: Trong khi Phật còn tại thế, hoặc sau khi diệt độ, nếu có những kẻ nam, người nữ lòng lành, có thể thọ trì, đọc tụng, sao chép kinh Đại thừa Vô Lượng Nghĩa thâm sâu cao cả nhất này, những người ấy cho dù bị nhiều phiền não trói buộc, chưa thể lìa xa các việc phàm phu, nhưng lại có thể thị hiện đạo lớn Bồ-đề; có thể kéo dài một ngày ra thành trăm kiếp; có thể rút ngắn trăm kiếp thành một ngày, khiến cho chúng sanh hoan hỷ tin phục.

"Thiện nam tử! Những kẻ nam người nữ lòng lành ấy cũng ví như rồng con, mới sanh được bảy ngày liền có thể kéo mây, làm mưa.

"Thiện nam tử! Đó gọi là sức

mạnh công đức thứ năm chẳng thể nghĩ bàn của kinh này.

"Thiện nam tử! Sức mạnh công đức thứ sáu chẳng thể nghĩ bàn của kinh này là: Trong khi Phật còn tại thế hoặc đã diệt độ, nếu có những kẻ nam, người nữ lòng lành, có thể thọ trì, đọc tụng kinh điển này, dù vẫn còn nhiều phiền não, nhưng có thể vì chúng sanh mà thuyết pháp, khiến cho lìa xa phiền não sanh tử và dứt trừ hết thảy khổ não. Chúng sanh nghe thuyết pháp rồi tu hành đắc pháp, đắc quả, đắc đạo, so với Phật Như Lai không còn khác biệt. Ví như vị vương tử tuy còn nhỏ tuổi, nhưng nếu vua đi tuần du hoặc gặp lúc có bệnh, ủy quyền cho vương tử ấy lo việc trị nước, vương tử liền vâng lệnh vua, y theo phép tắc mà sai khiến hết thảy quan thuộc, nêu rõ chánh hóa. Nhân dân trong nước nhờ đó được an ổn cũng như khi vua cai trị, chẳng khác gì cả.

"Người trì kinh này cũng vậy. Trong khi Phật tại thế hoặc đã diệt độ, tuy chưa trụ được ở Sơ, Bất động địa,[1] nhưng cũng y theo lời giảng dạy của Phật mà diễn bày ra, chúng sanh nghe rồi hết lòng tu hành, dứt trừ phiền não, đắc pháp, đắc quả, cho đến đắc đạo.

"Thiện nam tử! Đó gọi là sức mạnh công đức thứ sáu chẳng thể nghĩ bàn của kinh này.

"Thiện nam tử! Sức mạnh công đức thứ bảy chẳng thể nghĩ bàn của kinh này là: Trong khi Phật còn tại thế hoặc đã diệt độ, nếu có những kẻ nam, người nữ lòng lành, được nghe kinh này, trong lòng

---

[1] Sơ, Bất động địa: Địa vị ban sơ (Sơ địa), và địa vị thứ 8 trong Thập địa của Bồ Tát.

PHẦN DỊCH NGHĨA

vui vẻ, hoan hỷ tin nhận, cho đó là việc ít có, liền thọ trì, đọc tụng, sao chép, giảng giải, y theo pháp mà tu hành, phát tâm Bồ-đề, sanh khởi các thiện căn, vững lòng đại bi, muốn cứu độ tất cả chúng sanh khổ não. Khi chưa tu hành Sáu ba-la-mật, Sáu ba-la-mật tự nhiên hiện ra. Ngay trong đời này liền được Vô sanh Pháp nhẫn,[1] phiền não sanh tử nhất thời liền dứt trừ hết sạch, thẳng lên địa vị thứ bảy[2] của đại Bồ Tát. Ví như một người dũng mãnh, giúp trừ kẻ oán nghịch cho vua. Kẻ oán nghịch trừ xong, vua rất hoan hỷ, đem một nửa cõi nước mà phong thưởng cho. Người trì kinh này lại cũng như vậy, so trong những kẻ

---

[1] Vô sanh Pháp nhẫn, hay Vô sanh nhẫn: Đức nhẫn nhục của người chứng ngộ lý vô sanh của các pháp: thật tánh mọi sự vật đều không có sanh ra, không diệt đi. Hiểu lý thật tánh ấy thì không buồn, không giận đối với pháp hữu tình và vô tình.

[2] Địa vị thứ bảy, tức là Viễn hành địa trong Thập địa của Bồ Tát.

tu hành là bậc dũng mãnh hơn hết. Món pháp quý báu là Sáu ba-la-mật, tuy chẳng cầu mà tự nhiên hiện đến. Kẻ oán nghịch là sanh tử tự nhiên bị diệt mất, liền chứng Vô sanh nhẫn, được phong thưởng bằng một nửa cõi nước là món báu của Phật, khiến được an ổn, vui thỏa.

"Thiện nam tử! Đó gọi là sức mạnh công đức thứ bảy chẳng thể nghĩ bàn của kinh này.

"Thiện nam tử! Sức mạnh công đức thứ tám chẳng thể nghĩ bàn của kinh này là: Trong khi Phật còn tại thế hoặc đã nhập diệt, nếu có kẻ nam, người nữ lòng lành nào gặp được kinh điển này, đem lòng kính trọng, tin nhận, chẳng khác gì như được thấy thân Phật; lại ưa thích, mến mộ kinh này, liền thọ trì, đọc tụng, sao chép, hết sức cung kính, y như pháp mà vâng

PHẦN DỊCH NGHĨA

làm theo; vững vàng nơi giới luật, nhẫn nhục, cùng thực hành Bố thí ba-la-mật, phát tâm từ bi sâu vững; đem kinh Đại thừa Vô Lượng Nghĩa này thuyết rộng với nhiều người khác. Nếu có người khi vừa mới đến chẳng tin việc tội phước, liền đem kinh này mà chỉ bảo cho, dùng đủ mọi phương tiện, cố giáo hóa cho họ được lòng tin. Nhờ oai lực của kinh này, khiến cho người ấy hốt nhiên hồi tâm. Đã khởi lòng tin rồi, nhờ sự dũng mãnh tinh tấn, có thể có được thế lực oai đức của kinh này, lại đắc đạo, đắc quả.

"Cho nên những kẻ nam, người nữ có lòng lành, nhờ sự giáo hóa của kinh này mà ngay trong đời hiện tại được chứng Vô sanh Pháp nhẫn, lên tới Thượng địa[1] làm quyến thuộc với chư Bồ Tát, nhanh

---

[1] Thượng địa: Tức là các địa vị trong Thập địa của hàng Bồ Tát.

chóng thành tựu cho chúng sanh, làm thanh tịnh cõi Phật, chẳng bao lâu sẽ được Vô thượng Bồ-đề.

"Thiện nam tử! Đó gọi là sức mạnh công đức thứ tám chẳng thể nghĩ bàn của kinh này.

"Thiện nam tử! Sức mạnh công đức thứ chín chẳng thể nghĩ bàn của kinh này là: Trong khi Phật còn tại thế hoặc đã nhập diệt, nếu có kẻ nam, người nữ lòng lành nào gặp được kinh điển này, vui mừng sung sướng, cho là việc chưa từng có, liền thọ trì, đọc tụng, cúng dường, lại sao chép ra, vì mọi người khác mà phân biệt giảng nói nghĩa kinh. Người ấy liền được nhất thời dứt sạch mọi nghiệp chướng nặng nề từ đời trước, tâm liền được thanh tịnh, được đại tài biện luận, lần lượt hội đủ các ba-la-mật mà trang nghiêm đức hạnh; được các phép Tam-muội, Thủ-lăng-nghiêm Tam-muội, nhập vào môn đại Tổng trì; được sức chuyên cần tinh tấn, nhanh chóng vượt lên đến Thượng địa; có thể biến hóa phân thân ra khắp các cõi nước mười phương, cứu vớt tất cả chúng sanh khổ sở trong hai mươi lăm cảnh hiện hữu,[1] khiến cho đều được giải thoát. Cho nên kinh này có được sức mạnh như vậy.

"Thiện nam tử! Đó là sức mạnh công đức thứ chín chẳng thể nghĩ bàn của kinh này.

"Thiện nam tử! Sức mạnh công đức thứ mười chẳng thể nghĩ bàn của kinh này là: Trong khi Phật còn tại thế hoặc đã nhập diệt, nếu có kẻ nam, người nữ lòng lành nào gặp được kinh điển này, hết sức

---

[1] Hai mươi lăm cảnh hiện hữu (Nhị thập ngũ hữu): 25 cảnh có chúng sanh cư ngụ: 14 cảnh thuộc về Dục giới, 7 cảnh thuộc về Sắc giới, 4 cảnh thuộc về Vô sắc giới.

vui mừng, cho là việc chưa từng có, liền tự mình thọ trì, đọc tụng, cúng dường, lại sao chép ra, rồi y theo lời dạy mà tu hành; lại khuyến khích được nhiều người tại gia, xuất gia cùng thọ trì, đọc tụng, cúng dường, sao chép kinh này, theo như pháp mà tu hành. Khiến cho kẻ khác tu hành, nhờ sức kinh này nên đắc đạo, đắc quả. Đó đều là do sức khuyến hóa lòng lành của người trì kinh, nên ngay trong đời này người ấy liền được vô lượng các môn Tổng trì. Ở địa vị phàm phu mà tự nhiên có thể phát vô số a-tăng-kỳ lời thệ nguyện rộng lớn, có thể thừa sức cứu vớt hết thảy chúng sanh, thành tựu đức đại bi, cứu bạt những nỗi khổ rộng khắp, gom góp đủ các căn lành, làm lợi ích cho tất cả; lại tuôn mưa Pháp thấm nhuần tốt tươi cho những

PHẦN DỊCH NGHĨA

nơi khô hạn, dùng món thuốc Pháp ban cho chúng sanh, khiến hết thảy đều được an lạc; dần dần vượt lên đến Pháp vân địa,[1] ban ân trạch thấm nhuần mọi chốn, lòng từ trải khắp nơi nơi, gồm thâu mọi khổ não của chúng sanh, khiến họ bước vào nẻo đạo. Do vậy, chẳng bao lâu người ấy sẽ thành A-nậu-đa-la Tam-miệu Tam-bồ-đề.

"Thiện nam tử! Đó là sức mạnh công đức thứ mười chẳng thể nghĩ bàn của kinh này.

"Thiện nam tử! Kinh Đại thừa Vô Lượng Nghĩa cao quý hơn hết này có sức đại oai thần như thế, tôn quý chẳng gì bằng, có thể giúp cho phàm phu được thành Thánh quả, mãi mãi dứt lìa sanh tử, thảy đều được tự tại. Vì vậy nên gọi tên kinh là Vô Lượng Nghĩa, có thể khiến cho

---

[1] Địa vị thứ mười trong Thập địa của Bồ Tát.

hết thảy chúng sanh ở địa vị phàm phu sanh khởi vô số mầm đạo của chư Bồ Tát, làm cho cây công đức trở nên to lớn, sum sê. Vì vậy nên kinh này cũng có danh hiệu là Sức công đức chẳng thể nghĩ bàn."

Lúc ấy, Đại Bồ Tát Đại Trang Nghiêm cùng với tám mươi ngàn vị đại Bồ Tát đồng thanh bạch Phật rằng: "Bạch Thế Tôn! Kinh Đại thừa Vô Lượng Nghĩa thâm sâu, vi diệu, cao cả hơn hết mà Phật đã thuyết, ý nghĩa chân thật, chánh đáng, cao quý hơn hết, chư Phật ba đời đều gìn giữ, hộ trì, chúng ma ngoại đạo không thể xâm nhập, tất cả tà kiến sanh tử không thể làm hư hoại. Cho nên kinh này mới có mười sức mạnh công đức chẳng thể nghĩ bàn như vậy, làm lợi ích rất nhiều cho vô số hết thảy chúng sanh, khiến tất cả chư đại Bồ Tát đều được phép Tam-muội Vô lượng nghĩa, hoặc được trăm ngàn môn Tổng trì, hoặc được các địa vị trong Thập địa, các pháp nhẫn của Bồ Tát, hoặc được các quả Duyên giác, A-la-hán, chứng bốn Đạo quả.[1] Đức Thế Tôn thương xót đã vui lòng giảng thuyết cho chúng con nghe pháp ấy, khiến được sự lợi ích rất lớn về giáo pháp. Thật là rất lạ, chưa từng có vậy! Chúng con thật khó báo đáp từ ân của Thế Tôn!"

Lời ấy vừa nói xong, khắp đại thiên thế giới liền chấn động sáu cách. Từ trên không trung, mưa xuống các thứ hoa trời như hoa ưu-bát-la, hoa bát-đàm-ma, hoa câu-vật-đầu, hoa phân-đà-ly, lại mưa xuống vô số hương cõi trời, các thứ y phục, anh lạc, châu báu vô giá cõi trời. Từ trên không

---

[1] Bốn Đạo quả, hay Bốn Thánh quả: Tu-đà-hoàn, Tư-đà-hàm, A-na-hàm, A-la-hán.

trung, những thứ ấy dần dần hạ xuống cúng dường Phật cùng chư Bồ Tát, Thanh văn, đại chúng. Lại có những món ăn đủ trăm mùi vị được nấu ở nhà bếp cõi trời, đựng trong chén bát cõi trời, hiện ra đầy đủ, dư dật. Chỉ cần nhìn và ngửi các món ăn ấy, tự nhiên đã thấy no đủ rồi. Các loại cờ xí, lọng phướn, nhạc cụ vi diệu trên cõi trời được bày biện ra khắp nơi, trỗi lên âm nhạc cõi trời để ca ngợi, tán thán Phật.

Lại có chấn động sáu cách thêm lần nữa. Các thế giới chư Phật ở phương đông, nhiều như số cát sông Hằng, cũng mưa xuống những hoa, hương cõi trời, các loại y phục, chuỗi ngọc, châu báu vô giá trên cõi trời. Lại có những món ăn đủ trăm mùi vị được nấu ở nhà bếp cõi trời, đựng trong chén bát cõi trời; chỉ cần nhìn và ngửi các món ăn ấy, tự nhiên đã thấy no đủ rồi. Các loại cờ xí, lọng phướn, nhạc cụ vi diệu trên cõi trời trỗi lên âm nhạc cõi trời để ca ngợi, tán thán chư Phật cõi ấy và chúng Bồ Tát, Thanh văn.

Ở phương nam, phương tây, phương bắc, bốn phương phụ, phương trên, phương dưới đều cũng như vậy.

Lúc ấy, đức Phật bảo Đại Bồ Tát Đại Trang nghiêm và tám mươi ngàn vị đại Bồ Tát: "Đối với kinh này, các ông nên khởi lòng kính trọng sâu xa, y như pháp mà tu hành, giáo hóa cho hết thảy; hết lòng truyền bá, lưu hành, thường nên ân cần ngày đêm giữ gìn, bảo vệ, khiến cho chúng sanh đều được lợi ích về pháp. Các ông đúng thật là đại từ, đại bi, đã lập nguyện thần thông mà ưa thích bảo hộ kinh này, chớ để ngưng trệ. Về đời sau, nên lưu hành rộng khắp cõi Diêm-phù-đề,[1] khiến cho tất cả chúng sanh đều được thấy, nghe, đọc tụng, cúng dường, sao chép. Nhờ vào việc ấy, sẽ giúp các ông cũng mau đạt được A-nậu-đa-la Tam-miệu Tam-bồ-đề."[2]

(PHẦN LƯU THÔNG)

Lúc ấy, Đại Bồ Tát Đại Trang Nghiêm cùng với tám mươi ngàn đại Bồ Tát liền đứng dậy đi đến chỗ Phật, cúi đầu lễ dưới chân Phật, đi quanh Phật cả trăm ngàn vòng, rồi cùng nhau quỳ xuống, đồng thanh bạch Phật rằng: "Bạch

---

[1] Diêm-phù-đề, Tiếng Phạn là Jambudvipa, chỉ cho cả thế giới, cả địa cầu này.
[2] Trong nguyên tác có ghi chú đoạn này thuộc phần Lưu thông, để phân biệt với phần Chánh tông. Phần Lưu thông nói lên nguyên do, xuất xứ, việc gìn giữ, lưu hành... Phần Chánh tông truyền đạt ý nghĩa chính của kinh.

PHẦN DỊCH NGHĨA

Thế Tôn! Chúng con lấy làm vui thích được đức Thế Tôn đem lòng từ mẫn thuyết cho nghe kinh Đại thừa Vô Lượng Nghĩa thâm sâu, vi diệu, cao cả hơn hết này. Chúng con kính vâng lời dạy của Phật. Sau khi Như Lai diệt độ, chúng con sẽ làm cho khắp nơi được lưu hành kinh điển này, khiến cho hết thảy chúng sanh đều thọ trì, đọc tụng, cúng dường, sao chép thêm ra. Xin đức Thế Tôn đừng đem lòng lo lắng, chúng con sẽ dùng nguyện lực khiến cho hết thảy chúng sanh đều được oai thần phước lực của kinh điển này."

Bấy giờ, đức Phật khen ngợi: "Lành thay, lành thay! Các thiện nam tử! Nay các ông quả thật là Phật tử, đại từ, đại bi, có thể thừa sức cứu bạt khổ ách; là ruộng phước màu mỡ[1] cho hết thảy chúng sanh; rộng vì hết thảy chúng sanh mà làm người dẫn dắt cho theo về đúng nẻo; làm chỗ nương dựa chắc chắn của chúng sanh; là bậc đại thí chủ, thường đem sự lợi ích về giáo pháp mà bố thí rộng rãi cho tất cả."

Lúc ấy, hết thảy chúng hội đều vui mừng hoan hỷ, lễ bái đức Phật, thọ trì rồi lui ra.

KINH ĐẠI THỪA VÔ LƯỢNG NGHĨA

CHUNG

---

[1] Ruộng phước màu mỡ (lương phước điền): Bậc xứng đáng nhận sự cúng dường của chúng sanh, vì thế người cúng dường có thể được phước đức vô lượng. Bởi ý nghĩa đó nên ví như mảnh ruộng màu mỡ để chúng sanh gieo trồng hạt giống phước đức, có thể gặt hái được rất nhiều lợi lạc về sau.

Lời thưa

Trong kinh Pháp Cú, đức Phật dạy rằng: "Pháp thí thắng mọi thí." Thực hành Pháp thí là chia sẻ, truyền rộng lời Phật dạy đến với mọi người. Mỗi người Phật tử đều có thể tùy theo khả năng để thực hành Pháp thí bằng những cách thức như sau:

1. Cố gắng học hiểu và thực hành những lời Phật dạy. Tự mình học hiểu càng sâu rộng thì việc chia sẻ, bố thí Pháp càng có hiệu quả lớn lao hơn. Nên nhớ rằng việc đọc sách còn quan trọng hơn cả việc mua sách.

2. Phải trân quý kinh điển, sách vở in ấn lời Phật dạy. Khi có điều kiện thì mua, thỉnh về nhà để tự mình và người trong gia đình đều có điều kiện học hỏi làm theo. Không nên giữ làm của riêng mà phải sẵn lòng chia sẻ, truyền rộng, khuyến khích nhiều người khác cùng đọc và học theo. Không nên để kinh sách nằm yên đóng bụi trên kệ sách, vì kinh sách không có người đọc thì không thể mang lại lợi ích.

3. Tùy theo khả năng mà đóng góp tài vật, công sức để hỗ trợ cho những người làm công việc biên soạn, dịch thuật, in ấn, lưu hành kinh sách, để ngày càng có thêm nhiều kinh sách quý được in ấn, lưu hành.

Thông thường, việc chi tiêu một số tiền nhỏ không thể mang lại lợi ích lớn, nhưng nếu sử dụng vào việc giúp lưu hành kinh sách thì lợi ích sẽ lớn lao không thể suy lường. Đó là vì đã giúp cho nhiều người có thể hiểu và làm theo lời Phật dạy. Mong sao quý Phật tử khắp nơi đều lưu tâm đóng góp sức mình vào những việc như trên.

TINH YẾU THỰC HÀNH PHÁP THÍ

- *Mua thỉnh kinh sách về đọc, tự mình sẽ được rất nhiều lợi ích.*

- *Chia sẻ, truyền rộng bằng cách cho mượn, biếu tặng kinh sách đến nhiều người thì lợi ích ấy càng tăng thêm gấp nhiều lần.*

- *Đóng góp công sức, tài vật để hỗ trợ công việc biên soạn, dịch thuật, giảng giải, in ấn, lưu hành kinh sách thì công đức lớn lao không thể suy lường, vì có vô số người sẽ được lợi ích từ việc lưu hành kinh sách.*

www.ingramcontent.com/pod-product-compliance
Lightning Source LLC
LaVergne TN
LVHW011713060526
838200LV00051B/2890